झेन तत्त्वज्ञान

संजय कप्तान

Zen Tatwadnyan
© Sanjay Kaptan

झेन तत्त्वज्ञान
© संजय कप्तान

प्रथम आवृत्ती	:	जुलै, २०२४
प्रकाशक	:	सकाळ मीडिया प्रा. लि.
		५९५, बुधवार पेठ, पुणे ४११००२
मुखपृष्ठ-मांडणी	:	प्रदीप खेतमर, आर्ट ॲडव्हर्टायझिंग
मुद्रणस्थळ	:	विकास प्रिंटिंग ॲण्ड कॅरिअर्स प्रा. लि.
		प्लॉट नं. ३२, एमआयडीसी, सातपूर, नाशिक
ISBN	:	978-81-975255-0-6
संपर्क	:	०२०-२४४० ५६७८ / ८८८८८ ४९०५०
		sakalprakashan@esakal. com

Disclaimer :
Although the author has taken every effort to ensure that the information in this book was correct at the time of printing, the author and publisher do not assume and hereby disclaim any liability to any party, society for any loss, damage, or disruption caused by errors or omissions, whether such errors and omissions are caused due to negligence, accident, amendment in Act, Rules, Bye laws or any other cause. The views expressed in this book are those of the Authors and do not necessarily reflect the views of the Publishers.

सौ. दीपलक्ष्मी,
चि. श्रेयस व चि. सौ. अनघा
यांस
एक मननीय भेट!

- संजय

मनोगत

झेन तत्त्वज्ञानावरील हे पुस्तक सादर करताना मला मनस्वी आनंद होत आहे. ध्यान, चिंतन, मनन आणि मनोनिग्रह या आपल्याजवळ असणाऱ्या मानसिक शक्तींच्या साहाय्याने उत्तम जीवन जगण्याची अनुभुती देणारे हे तत्त्वज्ञान अत्यंत साधे, सरळ व आचरणसुलभ आहे.

झेन तत्त्वज्ञानाचा उगम जरी भारतात झाला असला तरी, त्या लहानशा ओढ्याचा विशाल प्रवाह मात्र चीन, जपान व कोरियासारख्या देशांत विकसित झाला, हे लक्षात घेतले पाहिजे. या पौर्वात्त्य तत्त्वज्ञानाचा मनःस्नेही प्रकाश पाश्चिमात्त्य लोकांनादेखील प्रसन्न करणारा वाटला. त्यांनी तो व्यक्तिगत व संघटनात्मक आयुष्यात आचरणात आणला, हे विशेष!

झेनचे तत्त्वज्ञान गूढ आणि जटिल नाही; अगम्य आणि जटिल प्रश्नांवर कठीण भाष्य करणारे नाही, तर ते वैचारिक शिस्त लावणारे व आचरणात आणता येतील असे साधे व सोपे धडे देणारे अनुभुतीजन्य तत्त्वज्ञान आहे.

द्वेष, ईर्ष्या, हाव, मोह, लोभ आणि अकारण गर्व या सर्वांमुळे आपण स्वतःचे खरे स्वरूप विसरतो. ज्ञानाच्या व विवेकाच्या सामर्थ्याने अज्ञानाचा पराभव करता येतो, हे झेनचे व्यवहार्य आणि प्रभावी सूत्र आहे. स्वतःला ओळखा, स्वतःवर विश्वास ठेवा आणि स्वतःवर प्रथम विजय मिळवा, ही झेन तत्त्वज्ञानाची मूलतत्त्वे आहेत. ती जीवनाच्या सर्वच क्षेत्रातील व्यक्तींना सारखीच लागू पडणारी आहेत.

२४०० वर्षांपूर्वी तथागत गौतमांनी केलेल्या उपदेशाची सूत्रबद्ध व अर्थपूर्ण रचना असणाऱ्या तत्त्वज्ञानाची समीक्षा करणारे अनेक ग्रंथ व आलेख सातत्याने लिहिले गेले आहेत. तसेच आचरणातदेखील आणले गेले आहेत. त्याचा अल्पस्वल्प आणि मला समजलेला परिचय येथे सादर करताना थोडा संकोच होत आहे. याचे कारण या सर्व तत्त्वज्ञानाची विशालता व वैश्विकता एवढी असाधारण आहे की, तिचा परिचय करून देण्याची खरोखरच आपली पात्रता आहे का, असा प्रश्न मनाला अस्वस्थ करतो.

या छोटेखानी प्रयासातून वाचकांना काही उपयुक्त व योग्य विचारधनाचे सार प्राप्त झाले तर हा उपक्रम सफल झाला, असे मानता येईल. वाचकांनी याचे स्वागत करावे, ही नम्र अपेक्षा व प्रार्थना.

- संजय कप्तान

अनुक्रमणिका

१. झेन तत्त्वज्ञानाचा ऐतिहासिक आढावा / ९

२. झेन तत्त्वज्ञानाचा बिकास आणि प्रवास / २१

३. झेन तत्त्वज्ञानाचे स्वरूप / २८

४. झेन तत्त्वज्ञानाची कुळकथा / ३४

५. पर्यायी व्यवस्थापन सिद्धान्ताची गरज / ४८

६. नीतिमत्ता, दायित्व आणि व्यवस्थापन / ६२

७. बोधिसत्त्वांची व्यवस्थापनाची संकल्पना / ७८

८. झेन व्यवस्थापन पद्धतीची वैशिष्टे / ९३

९. संघटनेचे विज्ञान आणि बोधिसत्त्वाचे तत्त्वज्ञान / ९९

१०. सृजनशील विचारसरणी आणि झेन / ११३

११. तथागतप्रणित व्यवस्थापनाची तत्त्वप्रणाली / ११६

१२. कायझेन / १२९

१३. झेन तत्त्वज्ञानाचे आधुनिक जगातील औचित्य / १३९

१४. झेन तत्त्वज्ञानाची व्यावहारिक व दैनंदिन जीवनात उपयुक्तता / १४५

१५. व्यावसायिक यशासाठी झेन तत्त्वज्ञान / १५६

१६. झेन आणि लोकसंस्कृती / १६२

झेन तत्त्वज्ञानाचा ऐतिहासिक आढावा

कोणतेही तत्त्वज्ञान जगाच्या पटलावर आपली छाप त्याची वैचारिक प्रगल्भता, श्रेष्ठत्व आणि सार्वकालिक उपयुक्तता यांतूनच कायम करते. जे तत्त्वज्ञान जगाची वैचारिक दृष्टी उंचावते, त्याच्या विशालतेला अधिक सखोल, अर्थगम्य आणि परिपक्व करते. जे तत्त्वज्ञान जगाच्या जाणिवांना प्रखर करते अशा तत्त्वज्ञानाच्या मालिकेत झेन तत्त्वज्ञानाचा अग्रक्रमाने समावेश करता येईल.

भारताने जगाला ज्या अमोल, असाधारण आणि श्रेष्ठ गोष्टीची भेट दिली, त्यात झेन तत्त्वज्ञानाचा समावेश होतो. भगवान तथागत बुद्ध आणि त्याच्या शांती, करुणा व बंधुभाव या अमूल्य जीवनमूल्यांना सार्वकालिकता प्रदान करणाऱ्या झेन तत्त्वज्ञानाचा उगम भारतात झाला.

भारत ही श्रेष्ठ जननी आहे. त्या परंपरेला भारताच्या सीमेबाहेर नेणारे अमूल्य तत्त्वज्ञान म्हणजे झेन होय. या तत्त्वज्ञानाने संपूर्ण दक्षिण-पूर्व आशियाला केवळ प्रभावितच केले नाही तर त्या भूभागाची जीवनशैली व वैचारिक बैठक अधिक समृद्ध केली.

य‍‍ा संदर्भात एका झेन गुरूचा दृष्टांत दिला जातो. एक झेन गुरू एका राजाकडे गेला. त्या राजाने त्याला ज्ञान देण्याची विनंती केली आणि म्हणाला, 'तसे मला सर्वकाही माहीत आहे; परंतु आपण काही ज्ञान द्याल तर बरेच होईल. झेन

गुरूने त्याला आपण चहापान करू व नंतर याबाबत
बोलू,'' असे सांगितले. राजाने ती विनंती मान्य केली. झेन
गुरूने राजाच्या कपात किटलीने चहा ओतण्यास प्रारंभ
केला. कप भरला तरी चहा ओतणे सुरूच होते. ते पाहून
राजा म्हणाला, ''अहो, कप पूर्ण भरला. आता थांबा.''
झेन गुरू म्हणाला, ''महाराज, आपले पण तसेच आहे.
आपले मन विचारांनी पूर्ण भरले आहे. मग त्यात नवे ज्ञान
व विचार कोटुन येतील.''

झेन तत्त्वज्ञान हे केवळ बौद्ध धर्माच्या प्रसारामुळे लोकप्रिय झाले नाही, तर
त्याची वैचारिक बैठक व श्रेष्ठत्व याला अधिक कारणीभूत आहे. त्याची सूत्रे
आचरणयोग्य, अनुकरणीय आहे. बौद्ध धर्म या तत्त्वज्ञानाचा जनक आहे हे
निश्चित; परंतु त्याच्या वैचारिक प्रगल्भतेला व धारणेला विकसित करण्यात
अनेक तत्त्वज्ञ आणि वैचारिक पंडितांचादेखील सहभाग आहे. हे सर्व भारतीयच
नाही तर त्यात चिनी व जपानी बौद्ध भिक्षू, पंडित व विचारवंतांचा समावेश आहे.

सारीपुत्र या बौद्ध तत्त्वज्ञानाच्या अभ्यासक प्रचारकाने बोधिसत्त्वाचा आणि
झेन तत्त्वज्ञानाचा गौरव करताना म्हटले आहे, 'हे थोर बोधिसत्त्व, महान आत्मा
तुम्ही जे तत्त्वज्ञान (झेन) मानवजातीला दिले आहे, ते तसे व त्या स्वरूपात
यापूर्वी कोणत्याही भिक्षूने, तत्त्वज्ञाने या मानवसमाजाला दिले नाही. हे सर्व
ज्ञानात अधिक श्रेष्ठ, स्फटिकाप्रमाणे स्वच्छ, प्रकाशमान, देदीप्यमान व प्रभावी
तत्त्वज्ञान आहे.''

禪

'आपले मनच आपले विश्व आहे. तेच आपले विश्व
घडविते. जसे विचार असतील तसे तुमचे विश्व घडेल.

(जातक कथा)

शाक्यमुनी

तथागत गौतम 'शाक्यमुनी' या नावाने संपूर्ण जगताला विशेषतः दक्षिण
आशियाला सर्वज्ञात आहेत. त्यांचा उपदेश आणि वैचारिक धन हे संपूर्ण दक्षिण-
दक्षिणपूर्व आशियाचा सर्वांत महत्त्वाचा सांस्कृतिक ठेवा आहे. जवळपास ३०००

वर्षांपूर्वी बौद्ध तत्त्वज्ञान आणि वैचारिक परंपरेचा अजोड वारसा शाक्यमुनींनी जगाला देणगीदाखल दिला. ध्यान आणि त्यातून मनःशांती व मनोनिग्रह यांचा संदेश शाक्यमुनींनी दिला आहे. शुद्धोधन राजा आणि राणी मायादेवी यांच्या या राजकुमाराने दुःख, यातना, भय आणि जरामरण याबद्दल असणारी मानवाची भीती दूर करणारा विचार जगाला दिला. आसक्ती, मोह, द्वेष आणि शत्रुत्वाच्या भावनांवर विजय मिळवला तर मानवाला खरी शांती आणि आनंद प्राप्त होऊ शकतो, हे सांगणारे तत्त्वज्ञान त्यांच्या विचारांचे सारभूत आहे.

शाक्यमुनींच्या तत्त्वज्ञानातून मौल्यवान विचारधन पुढे आले. त्यातूनच त्याचा प्रचार आणि प्रसार करणाऱ्या वेगवेगळ्या विचारधारा आणि तत्त्वज्ञानाच्या शाखा विकसित झाल्या आहेत. गौतम बुद्धाचे तत्त्वज्ञान मुक्तीचा मार्ग सांगणारे, करुणा आणि दयाभाव यांचा अपूर्व संगम असणारे तत्त्वज्ञान आहे. त्या विचारांचे पहिले प्रतिबिंब सुमारे २५०० वर्षांपूर्वी 'थेरवाद' या नावाने प्रसिद्ध झालेल्या विचारधारेत आढळून येते.

'थेरवाद' म्हणजे 'ज्येष्ठ विचारवंतांची विचारधारा'. ही विचारधारा व परंपरा कठोर तात्त्विक सूत्रांचा पुरस्कार करणारी आहे. या विचारधारेचे सूत्र म्हणजे मनोनिग्रह आणि मनाच्या सामर्थ्यांचा पूर्ण विनियोग करण्याचे सामर्थ्य प्राप्त करणे हा आहे. याचा परिणाम म्हणजे विपश्यना ही बौद्ध तत्त्वज्ञानाची कृतिशील कार्यप्रणाली व योगीक क्रिया त्यातून पुढे आली. आज विपश्यना ही जागतिक स्तरावरील एक चळवळ बनली आहे. मनोनिग्रह व आत्मशुद्धीचा सर्वोत्तम व मुख्य मार्ग म्हणून विपश्यनेचा गौरव केला जातो. म्यानमार, श्रीलंका या देशांत आजदेखील 'थेरवाद' ही प्रचलित बौद्ध तत्त्वज्ञानाची शाखा आहे.

---------------- 禅 ----------------

या संदर्भात तथागताची एक कथा सांगितली जाते. एकदा
तथागत आपली तपसाधना पूर्ण करून वनातून येत होते.
त्या वेळी एका नदीच्या किनाऱ्यावर त्यांना एक वाटसरू
भेटला. त्या वाटसरूने तथागताला विचारले,
"महोदय खचितच तुम्ही देवदूत असाल."
त्यावर तथागत म्हणाले, "नाही."
"मग तुम्ही जादूगार किंवा सिद्ध पुरुष असाल."

महायान

महायान या शब्दाचा शब्दशः अर्थ 'श्रेष्ठतम वाहन' असा घेता येईल. पहिल्या शतकाच्या प्रारंभी म्हणजे २२०० वर्षांपूर्वी त्या विचारधारेला प्रारंभ झाला. त्यातूनच घेतलेल्या 'ध्यान' व 'आत्मचिंतन' या विचारांना प्राधान्य देणाऱ्या विचारधारेला गती आली. झेन या तत्त्वज्ञानाचा प्रसार चीन, जपान व कोरिया या देशांत झाला.

वज्रयान

या विचारधारेचा प्रसार पाचव्या शतकात झाला. वज्रयान या शब्दाचा मूळ अर्थ अथवा 'हिऱ्याप्रमाणे तेजस्वी' विचारधारा असा होतो. ही विचारधारा मनोनिग्रह, जप आणि कर्मठ आचरण यांना प्राधान्य देते. ही विचारधारा तिबेटमध्ये अधिक प्रभावी झाली.

शाक्यमुनींनी सांगितलेले तत्त्वज्ञान, स्वानुभव, अध्ययन, तप आणि आत्मचिंतन यांतून विकसित झाले होते. राजकुमाराला कोणत्याही यातना, दुःख आणि जगातील विपरीत गोष्टींची अनुभूती होऊ नये, असा विचार करून राजा शुद्धोधन याने त्याला सर्व सुखे उपलब्ध करून दिली; परंतु जेव्हा या व्यावहारिक जगाच्या वस्तुस्थितीचा परिचय झाला त्या क्षणी दुःख, वेदना, यातना आणि भौतिक सुखाचे शून्यत्व याची त्याला जाणीव झाली.

आसक्ती हा मानवी जगाला असणारा एक शाप आहे आणि निग्रह हाच त्यावरचा उपाय आहे, हे सत्य त्याला अनुभवातून व चिंतनातून प्राप्त झाले.

आसक्ती "मोह - लोभ - ईर्ष्या - द्वेष

↓

कठोर आणि दुष्टप्रवृत्ती - स्वार्थीवृत्ती - असाधारण वासना

↓

मानवी शुचितेचा ऱ्हास
मनाची अधोगती

↓

यावर उपाय

↓

किरकोळ क्षुद्र साध्यांसाठी प्रयास करणे सर्वथैव गैर आहे. हे नश्वर जग सत्कृत्यांप्रति आंधळे आहे. त्यातून मार्ग शोधण्यासाठी सद्गुणांप्रति सत्कृत्यांचा प्रकाश सर्वत्र उजळू दे!

↓

लोकवर्ग

↓

करुणा, दया, क्षमा - मनोनिग्रह

↓

आत्मविजय

↓

दुर्गतीवर विजय

↓

आत्मपरिचय

शाक्यमुनींचे हे तत्त्वज्ञान सर्वसाधारण जनतेला सहज पचणारे, पटणारे व आचरणीय होते. शाक्यमुनींच्या या तत्त्वज्ञानातूनच चार महान सत्ये, आर्य अष्टांगिक मार्ग आणि नीतिपूर्ण जीवन, एकाग्रता व विवेकी विचारसरणी या बौद्ध जीवनशैलीचा उगम झाला. शाक्यमुनींच्या या विचारांना सूत्रबद्ध (codified) आणि ग्रंथबद्ध करण्याचे कार्य त्यांच्या अनुयायांनी आणि त्यांच्या विचारांचा पुरस्कार करणाऱ्या विचारवंतांनी मोठ्या निष्ठेने केले. याचे फलस्वरूप आज झेन, हीनयान व महायान या सर्वच विचारधारा आपला प्रभाव कायम टिकवून आहेत. महायान विचारधारेचे १८५ दशलक्ष, थेरवादाचे १२५ दशलक्ष आणि वज्रयान

विचारांचे २० दशलक्ष अनुयायी जगभर विखुरलेले आहेत.

शाक्यमुनींनी सांगितलेली महत्त्वाची सूत्रे आधुनिक जीवनातदेखील उपयुक्त आहेत. ती सूत्रे पुढीलप्रमाणे आहेत :

१) लोभ, मोह, वासना या भावनांवर विजय मिळवणे ही सन्मार्ग आचरणाची पहिली पायरी आहे.

२) द्वेष, ईर्ष्या, क्रोध, वैर आणि शत्रुत्वाची भावना मनाला कमकुवत करते.

झेन तत्त्वज्ञानाचा उगम आणि विकास कसा झाला याचे कालमापन पुढे तालिकेत केले आहे.

	इ.सन पूर्व ४५०	इ.सन पूर्व २५०	इ.सन पूर्व १००	इ.सन ५००	इ.सन ७००	इ.सन ८००
भारत	संघाची स्थापना	प्रारंभिक व तत्त्वज्ञान	महायान	वज्रयान		
श्रीलंका		थेरवाद बौद्धतत्त्वाचा प्रसार	-			
मध्य आशिया		ग्रीक-बौद्ध तत्त्वज्ञान. रेशीम मार्गाने या तत्त्वज्ञानाचा प्रसार	-	तिबेटी बौद्ध तत्त्वज्ञान		
पूर्व आशिया		चॅन बौद्ध तत्त्वज्ञान (चीन)	-	झेन विचार (चीन व जपान)	-	कोरिया

बौद्ध निर्वाण आणि बौद्ध तत्त्वज्ञानाचा प्रसार

तथागताच्या महानिर्वाणानंतर बौद्धमत व तत्त्वज्ञानाचे प्रतिपादन करणाऱ्या त्याच्या ज्येष्ठ व अभ्यासू विचारवंत अनुयायांनी बौद्धमताचा पुरस्कार व प्रसार करण्यासाठी पुढाकार घेतला. त्यांच्या विचारांमध्ये विविधता होती. ते अनेक वेगवेगळ्या संकल्पनांचे पुरस्कर्ते होते. त्यातील काही विचारधारा वेगवेगळ्या प्रकारे बौद्धमताचे प्रतिपादन करीत होत्या. बौद्धाच्या काही ठराविक सूत्रांचे व तत्त्वज्ञानाचे मूलभूत सूत्र किंवा सारभूत म्हणून प्रतिपादन करीत होत्या.

तथागताचे तत्त्वज्ञान हे तथागता सोबत संपणारे नाही, ते चिरंतन आहे, हे सांगताना बौद्धमताचा पुरस्कर्ता व तथागताचा एक महत्त्वाचा अनुयायी अनिरुद्ध आपल्या संघाला उपदेश करताना म्हणतो, "माझ्या अनुयायांनो, आता खेद व दुःख करू नका. तुम्ही सर्व बौद्धाचे अनुग्रहीत शिष्य आहात. तथागताचा संदेश समजून घ्या. या नश्वर जगात दुःख किंवा आनंद चिरंतन नाही. प्रत्येक गोष्ट नाशवंत आहे आणि परिवर्तन हाच जगाचा नियम आहे."

तथागताचा अनुयायी अनिरुद्ध आपल्या सहकारी भिक्षूंना म्हणतो, "तथागताचे महानिर्वाण हा शोककाल नाही. त्याचा उद्देश, संदेश यांना स्वीकारा, अनुसरा आणि त्याच्या प्रसारासाठी पुढे मार्गक्रमण करण्यासाठी अग्रेसर व्हा."

बौद्ध अनुयायांनी अत्यंत कठोर नीतिनियम आणि कार्यप्रणालीचा पुरस्कार केला. बौद्धाचे प्रमुख अनुयायी महाकश्यप महादेव यांनी कठोर आणि स्थितिशील नीतितत्त्वाचा व विशिष्ट आचरणशैलीचा पुरस्कार केला.

त्यानंतर आलेल्या बौद्धमताच्या पुरस्कर्त्यांनी मात्र या नीतिनियमांना थोडे उदार व सर्वसमावेशक करण्यावर भर दिला. तथागताचे निष्ठावान आणि बौद्धमताचा पुरस्कार करणारे - ज्यांना अरिहंत असे संबोधण्यात येत होते. त्यांनी बौद्धमताच्या तत्त्वज्ञाला सूत्रबद्ध व योग्य प्रकारे संकलित करण्यावर भर दिला. त्यांना या मताच्या प्रसारासाठी एका लवचिक आचरणयोग्य व समजण्यास सुलभ तत्त्वप्रणालीची गरज भासू लागली. त्यातूनच बौद्धमताचे विविध प्रकारे प्रतिपादन व प्रसारण सुरू झाले.

बौद्धमतासाठी स्थापित महासंघ आपल्या परिसरातील समाजरचनेचा विचार करून आचरणयोग्य बौद्धगतांचा सोप्या व मान्य होईल अशा प्रकारे प्रसार करीत होता. परिणामतः बौद्धमताच्या वाढत्या प्रसाराबरोबरच त्याच्या विविध विचारधारा व तत्त्वप्रणालींचा प्रसार झाला.

सम्राट अशोक आणि बौद्धमताचा प्रसार

बौद्धमताला सार्वकालिक व सर्वदूर मान्यता मिळवून देण्याचे मोठे श्रेय सम्राट अशोकाला दिले जाते. त्याने बौद्धसूत्रांना लिखित (codified) आणि विशिष्ट प्रकारे संपादित करण्यासाठी ज्येष्ठ बौद्धभिक्षु व तत्त्वज्ञांना पुरस्कृत केले. संघाची पुनर्रचना व योग्य संयोजनावर त्याने भर दिला.

बौद्धधर्माचा प्रसार व्हावा यासाठी त्याने आपला पुत्र महेंद्र यास श्रीलंकेला पाठवले. तिथूनच बौद्धमताला एक नवा आयाम प्राप्त झाला. थेरवाद बौद्धमत याचा पुरस्कार येथून प्रारंभ झाला. थेरवाद त्रीपिटीकाची परिपूर्ण रचना व संपादन याच काळात झाले.

बौद्धाचे जे अनुयायी तिबेट व उत्तरेकडे प्रसारार्थ गेले, त्यांनी महायान बौद्धमताचा प्रसार केला. महायान बौद्धमत अनेक अंगानी परिपूर्ण झाले. त्यातून बौद्धमताने ध्यान, धारणा, आत्मशुद्धी आणि आत्मोन्नती यातून मुक्तीचा मार्ग शोधण्यावर भर दिला. त्यातूनच ध्यान - चॅन - झेन तत्त्वसूत्राचा उगम व प्रारंभ झाला.

हा तत्त्वप्रवाह तिबेटमार्गे चीनला प्रसारित झाला. त्याला मध्यमार्ग आणि योगाचार ही नावे प्राप्त झाली.

महायान मार्ग योगसूत्रे आणि ध्यान- मनःशुद्धी, मुक्तीसाठी चिंतन; तटस्थ व निरिच्छ भावनेने जगण्याचा प्रसार करणे; मोह, कामना आणि द्वेष, लोभ या मानवी भावनांवर विजय मिळण्यावर भर दिला.

झेन तत्त्वज्ञानाचे आद्य भारतीय पुरस्कर्ते

झेन तत्त्वज्ञानाला भारतात स्वीकृती व मान्यता मिळत असतानाच त्याची वैश्विक उपयुक्तता, महत्ता व सार्वकालिक उपयुक्तता तत्कालीन बौद्ध पंडितांच्या लक्षात आली. केवळ एका विशिष्ट धार्मिक अथवा सामाजिक वर्गासाठीच हे तत्त्वज्ञान युक्त नाही किंवा ठरावीक भौगोलिक भूभाग आणि कालखंडासाठी ते उपयोगी

नाही, तर त्याची योग्यता त्यापेक्षा अधिक आहे.

या तत्त्वज्ञानाचे एक महत्त्वाचे उद्गाते व पुरस्कर्ते म्हणजे बोधिधर्म होय. सुमारे १८०० वर्षांपूर्वी बोधिधर्मने या तत्त्वज्ञानाची पताका भारतातून चीनमध्ये पोहोचवली आणि त्यानंतर अनेक शतके ती तेवत ठेवण्याचे कार्य तेथील विद्वान, पंडित, धर्मगुरूंनी सातत्याने केले आहे.

बोधिधर्म हे दक्षिण भारताच्या पल्लव राजघराण्यातील राजपुत्र होते. त्यांनी बौद्ध तत्त्वज्ञानाच्या प्रसारासाठी आपले जीवन सर्वस्व

अर्पण केले. त्यांनी चीनमध्ये आपल्या बौद्ध तत्त्वज्ञानाच्या प्रसारासाठी प्रवास केले. त्या वेळी 'वु' नावाचे चिनी सम्राट होते. बोधिधर्मांनी आनंदी, सुखकर जीवन जगण्याचा व मुक्तीचा मार्ग दाखवणारे श्रेष्ठतम बौद्ध तत्त्वज्ञान आणि त्याची मूलभूत तत्त्वे सम्राट 'वु' यांना विषद केली. त्यांच्या उपदेशाने सम्राट 'वु' प्रभावित झाला.

'ध्यान' या भारतीय संस्कृत शब्दाचा अपभ्रंश म्हणजे 'चॅन' हा होय. त्यातूनच 'झेन' या शब्दाचा उगम झाला. खऱ्या अर्थाने बोधिधर्मानि एका नव्या व दिव्य जीवनशैलीचा चिनी समाजाला 'झेन'च्या माध्यमातून परिचय करून दिला.

महायान आणि झेन तत्त्वज्ञानाचा दुसरा महान भारतीय पुरस्कर्ता व प्रचारक म्हणजे महान कुमारजीव. कुमारजीव हे कुश (Kush) राजघराण्याचे राजकुमार होते; परंतु त्यांचा कल तत्त्वज्ञान आणि धार्मिक विद्याध्यास याकडे अधिक होता. ते काश्मीर प्रांतातील कुश राजघराण्याचे वारस होते.

अत्यंत अल्पवयात त्यांनी विविध तत्त्वज्ञानांचा, विद्यांचा आणि ज्ञानशाखांचा अभ्यास केला. त्यांच्या प्रतिमेची व विद्वत्तेची कीर्ती केवळ काश्मीर प्रांतापर्यंत सीमित राहिली नाही. त्यांनी बौद्धधर्माच्या थेरवाद, हीनयान आणि महायान तत्त्वज्ञानाचा सखोल अभ्यास केला होता. त्याचा ते अत्यंत प्रभावीपणे पुरस्कार व प्रचार करीत होते.

कुमारजीवांसारखा महान विद्वान आपल्या पदरी असावा ही भावना चिनी सम्राटांच्या मनात होती. आपली ही मनीषा पूर्ण करण्यासाठी त्यांनी कुश राज्यावर आक्रमण करून ते जिंकण्याचा प्रयत्न केला; परंतु त्यात सम्राट फुजिआनच्या सैन्याचा पराभव झाला. त्यानंतर सम्राट याओ झिंग यांनीदेखील अनेक प्रयास करून कुमारजीव यांना आपल्या दरबारात महत्त्वाचे स्थान दिले. त्यांना चीनचे 'राष्ट्रगुरू' ही पदवी देऊन सन्मानित केले.

या काळात कुमारजीव यांनी चिनी भाषेचा उत्तम अभ्यास केला आणि अनेक श्रेष्ठतम बौद्धग्रंथांचा चिनी भाषेत सुरस अनुवाद केला. त्यांनी अनेक

रचनांचे योग्य प्रकारे संपादन व निरूपण केले. त्यामुळे चिनी भाषेतील बौद्ध साहित्य अधिक समृद्ध झाले. आजदेखील चिनी बौद्ध धर्मगुरू कुमारजीव यांचे साहित्य आधारभूत व प्रमाण ग्रंथ म्हणून मान्यता देतात.

झेन तत्त्वज्ञानाचा प्रसार चीनसारख्या विशाल आणि विविधतापूर्ण देशात करण्यासाठी विशेष प्रयास करणाऱ्या विद्वानांमध्ये युआन सँग या चिनी पंडिताचा अग्रक्रमाने समावेश करावा लागेल.

त्या काळात चीन बाहेर प्रवास करण्यावर प्रतिबंध असल्याने युआन यांनी चीनमधून भारतात येण्यासाठी अनेक आव्हाने स्वीकारली आणि विविध प्रकारची साहसेही केली. अनेक खडतर व दुर्गम भागातून प्रवास करावा लागला. ते भारतात जवळपास १७ वर्षे राहिले.

भारतातून अनेक विद्याशाखांचा आणि विविध तत्त्वज्ञानांचा अभ्यास करून ते पुन्हा चीनला परत गेले. तिथे त्यांचे मोठे स्वागत झाले. त्यानंतरचे सर्व आयुष्य त्यांनी झेन तत्त्वज्ञान आणि बौद्ध तत्त्वज्ञानाचा प्रसार व शिकवण देण्यासाठी व्यतीत केले. त्यांनी अनेक प्राचीन भारतीय ग्रंथांचे चिनी भाषेत अनुवाद केले आहेत.

फाहीयान (faxian) या चिनी प्रवाशाने दुसऱ्या चंद्रगुप्ताच्या काळात भारतात प्रवास केला. त्याने भारतातील मथुरा, अवंती, पाटलीपुत्र, श्रावस्ती आणि काशी यांसारख्या शहरांना भेटी दिल्या. त्याने भारतात बौद्ध तत्त्वज्ञानाचा विशेष अभ्यास केला. संस्कृत व पाली भाषेतील अनेक ग्रंथ तो घेऊन गेला आणि तिथे त्यांचा अनुवाद केला. बौद्ध तत्त्वज्ञान, महायान बौद्धसूत्रे आणि ध्यान पद्धतींचा अभ्यास करून त्यांचा प्रसार करण्यात त्याने आपले उर्वरित आयुष्य व्यतीत केले.

चीनमध्ये बौद्धधर्म आणि बौद्ध तत्त्वज्ञान विविध स्वरूपात प्रस्थापित झाले. त्याचा प्रभाव चिनी समाजजीवन, संस्कृती विचारधारा आणि जीवनशैलीवर झाला. झेनचे तत्त्वज्ञान विशेष लोकप्रिय झाले; परंतु रूढ झालेला बौद्ध धर्म आणि तत्त्वज्ञान यांमध्ये अनेक परिवर्तने घडून आली होती.

कृतिशील बोधिसत्त्व

आयबीएम कंपनीचे माजी मुख्य व्यवस्थापक श्री. गर्टनर हे उच्चतम संघटन संस्कृतीचे, एकात्मवृत्तीचे चालते बोलते उदाहरण आहे. उचित हेतूच्या शक्तीने त्यांनी आयबीएमच्या व्यवस्थापक व कर्मचाऱ्यांना व्यवसायाचे ध्येय साध्य करण्यासाठी योग्य प्रकारे प्रोत्साहित केले. आपल्या पारंपरिक ध्येयधोरणे व कल्पनांपासून पुढे जाण्यासाठी व नवीन कार्यपद्धती स्वीकारण्यासाठी प्रोत्साहित केले. त्यांच्या या व्यापक व उचित हेतूवर आधारित कार्यपद्धतींचा 'फॉर्च्यून' मासिकाने गौरव केला आहे.

- चिनी बौद्ध तत्त्वज्ञान हे गूढ आणि अनेकविध कंगोरे असणारे (esoteric) आहे. संस्कृत भाषेचे भाषावैभव आणि लालित्यपूर्ण समृद्धता चिनी भाषेत नाही. त्यामध्ये संदेशवहन व विचारांच्या सहज आदान प्रदानाला महत्त्व आहे.

- चिनी समाज अधिक व्यवहारवादी असल्याने त्याने 'झेन' बौद्ध तत्त्वाचा सहज स्वीकार केला आहे. त्यांनी बौद्ध विचारांना कन्फ्युशिअस आणि ताओ यांच्या विचारयुगात पूर्णतः सामावून टाकले आहे. हे विविध तत्त्वांचे मिश्रण त्यांना अधिक आचरणीय वाटते.

- चिनी झेन तत्त्वज्ञान हे निसर्गस्नेही आहे. त्यामुळे कला, जीवनमूल्ये, आचारपद्धती यांमधून ते निसर्गाच्या जवळ जाण्याचा प्रयास करते.

- झेनचे चिनी विचारसूत्र हे व्यक्तिकेंद्री आणि प्रत्येक व्यक्तीच्या आत्मशुद्धीसाठी त्याने स्वतः प्रयास करावे यांवर भर देणारे आहे.

- झेनचे सूत्र जाणीव, आत्मचैतन्य आणि चित्तशुद्धी यांतून मुक्तीचा मार्ग शोधण्यास भर देणारे आहे.

- ते वैश्विक आणि सर्वव्यापी विचारांपेक्षा व्यक्तिगत आणि विशेषीकृत समस्यांच्या समाधानावर भर देणारे आहे.

- चीनमधील झेन तत्त्वज्ञान सौहार्द (synergic) सहजीवन, सामंजस्य आणि एकात्मता यांना प्राधान्य देणारे आहे.

- कल्पकता, नावीन्य, विचारवैभव आणि कृतिसंपन्नता, नवनिर्मितीला हे तत्त्वज्ञान प्राधान्य देते.
- साक्षात्कार, नवीन दृष्टी आणि नवा विचार केवळ अनुभूती व आत्मज्ञान यांतूनच प्राप्त होते, यावर ते भर देते.
- ते तर्कापेक्षा स्वयंस्फूर्त विचारांना अधिक प्राधान्य देणारे आहे.
- ते अधिक लवचीक, परिस्थिती व समस्यासापेक्ष समाधान शोधण्यावर भर देणारे तत्त्वज्ञान आहे.

○

झेन तत्त्वज्ञानाचा विकास आणि प्रवास

झेन तत्त्वज्ञानाचा विकास आणि प्रवास कसा झाला, हे समजून घेण्याकरता झेन तत्त्वज्ञानामागील भूमिका समजून घेणे अत्यंत आवश्यक आहे.

प्रत्येक व्यक्तीमध्येच बुद्ध समाविष्ट आहे. बुद्धाचे तत्त्वज्ञान व्यक्तीच्या अंतर्मनाच्या बाहेर नाही. त्यामुळे बुद्ध तत्त्वज्ञानाचा अथवा झेन तत्त्वज्ञानाचा अभ्यास करणे म्हणजे स्वतःला स्वतःचा परिचय करून देणे होय. निसर्गातील प्रत्येक व्यक्ती हा बुद्ध तत्त्वज्ञानाचा अनुयायी आहे, असे झेन तत्त्वज्ञानाचे मत आहे.

झेन तत्त्वज्ञान मूलतः भारतीय तत्त्वज्ञानातूनच उगम पावलेले आहे, हे आपण लक्षात घेतले पाहिजे. त्याविषयीची विस्तृत चर्चा यापूर्वीच्या प्रकरणात करण्यात आलेली आहे. झेन हा शब्द जपानी आणि चिनी भाषेत संस्कृत भाषेतून आला आहे. संस्कृतमधील 'ध्यान' या शब्दापासून चिनी भाषेतील 'चॅन' आणि जपानी भाषेतील 'झेन' या शब्दाची उपपत्ती झालेली आहे; परंतु या सर्व शब्दांचा अर्थ एकच आहे आणि तो म्हणजे आत्म्याची उन्नती व त्या माध्यमातून स्वतःचा परिचय करून घेण्याचे तत्त्वज्ञान होय. प्रत्येक माणसामध्ये एक शांतता प्रिय आत्मज्ञानी बुद्ध दडलेला आहे. त्यामुळे त्या बुद्धाचा परिचय करून घेण्यासाठी या तत्त्वज्ञानाची नितांत आवश्यकता आहे. अज्ञान हे सार्वत्रिक आणि सर्वकालिक असते. प्रत्येक व्यक्तीवर अज्ञानाचे हे आवरण सतत गुंडाळलेले असते. त्यातून मुक्त करण्याकरता जो प्रयत्न व्यक्ती करतो, त्यातून त्याला स्वतःची ओळख

एकदा एक झेन गुरू प्रवासास निघाले होते. त्या वेळी त्यांना एक घोडेस्वार दिसला. तो आपल्या घोड्याला अकारणच चाबकाने फटकारीत होता. घोडा नीट धावत होता तरी त्याचे चाबूक मारणे चालूच होते. त्या वेळी गुरूंनी त्याला थांबवले. मोठ्या रागाने चाबूक फिरवतच तो खाली उतरला आणि म्हणाला,

"तुम्ही मला का थांबवले?"

अर्थात, समोरची व्यक्ती झेन गुरू आहे, हे पाहून घोडेस्वार थोडा वरमला. गुरू त्याला म्हणाले, *"बाबा रे, त्या घोड्याला ताळ्यावर आणण्यासाठी चाबूक मारण्याऐवजी तू आपल्या मनाला ताळ्यावर का आणत नाहीस. खरी गरज तुझ्या मनाला योग्य वळण देण्याची आहे, त्या घोड्यापेक्षा तुझे मनच अधिक अचपळ आहे."*

होते. त्याला मुक्तीचा मार्ग शोधता येतो आणि यालाच आपण 'झेन मार्ग' असे म्हणतो. भारतात जरी याचा उगम झाला असला तरी त्याचा प्रवास सातत्याने पुढे पुढे होत गेला आणि त्यानंतर तो चीन, दक्षिण आशियातील विविध देश, जपान असा सर्वदूर पसरला. त्यानंतर या सर्व देशांमध्ये झेनच्या या तत्त्वज्ञानाला आत्मवृत्तीचा मार्ग आणि सर्वोत्कृष्ट पद्धतीचा मार्ग म्हणून स्वीकारण्यात आले आहे.

भारत आणि चीन या देशांमध्ये जेव्हा व्यापार सुरू झाला तो मुख्यतः रेशीम मार्ग (सिल्क रुट) या माध्यमातून सुरू झाला. या व्यापाराचा प्रारंभ ख्रिस्त पूर्व २०२ व २२० वर्षापूर्वी किंवा त्यापूर्वी झाला असावा, असे मानले जाते. हान अनुवंशाच्या राजांनी भारताशी व्यापार करताना भारतीय संस्कृती, समाज संस्कृती यांच्याशी परिचय करून घेतला. त्यांना भारतीय समाजाची, संस्कृतीची आणि धर्माची वैशिष्ट्ये सहजपणे लक्षात आली. त्यातूनच राजांनी आपल्या देशातील अनेक तत्त्वज्ञ विचारवंतांना भारतात शिक्षणासाठी, हे तत्त्वज्ञान ग्रहण करण्यासाठी पाठवले. या तत्त्वज्ञानाचा चीनमध्ये जसजसा प्रसार वाढला तसतसा त्याचा प्रभाव इतर चिनी तत्त्वज्ञानावर, विचारवंतांवर झाला. समाजाने यासारख्या अनेक तत्त्वज्ञानाचा मूलतः स्वीकार केला आणि त्यातून चीनमध्ये स्वतंत्र

एकदा एका तज्ज्ञ व्यक्तीकडे त्याचा शिष्य गेला आणि आपल्या दुःखाचे वर्णन करू लागला. "माझे दुःख अपार आहे आणि त्यामुळे मी फार अस्वस्थ आहे," असे त्याने आपल्या गुरूंना सांगितले. त्याचे गुरू त्यावर काहीच म्हणाले नाहीत. त्यांनी एका लहानशा चषकात पाणी आणले. त्यात मूठभर मीठ टाकले व त्या शिष्याला प्यायला सांगितले. ते खारट पेय पिणे शिष्याला शक्य झाले नाही. "हे फारच खारट आहे", तो उत्तरला.

मग त्या गुरूंनी ते मूठभर मीठ एका फार मोठ्या घंगाळ्यात टाकले आणि शिष्याला त्या घंगाळ्यातील पाणी पिण्यास सांगितले. त्याने ते मोठ्या आनंदाने प्राशन केले.

"कसे वाटले?"

"फार चवदार." तो शिष्य उद्गारला.

"तसेच तुझ्या दुःखाचे आहे. आपल्या दुःखाची संवेदना जेव्हा तीव्र वाटते, त्या वेळी आपल्या संवेदनेची कक्षा विस्तारित कर. चषकाऐवजी मोठ्या घंगाळातील पाण्याचा विचार कर. जेवढे विचारांचे व भावनांचे विश्व विस्तारेल तेवढी तुझी संवेदनादेखील विस्तारेल. आपले दुःख व वेदनांपेक्षा अधिक तीव्र वेदना या जगात आहे; ही जाणीव झाली की वेदना ग्रहण करण्याचे, दुःख पचवण्याचे सामर्थ्य विस्तारते." गुरू म्हणाले.

तत्त्वज्ञानाची निर्मिती झाली. मात्र ज्यातून हे तत्त्वज्ञान निर्माण झाले आहे त्याचे मूळ मात्र भारतीयच आहे, हे आपण लक्षात घेतले पाहिजे. इसवी सन सहाव्या आणि सातव्या शतकात झेन तत्त्वज्ञानाला अधिकाधिक लोकप्रिय करण्याचा प्रयत्न केला गेला. चीनमधील विद्यापीठांमधून, शाळांमधून आणि समाजातील इतर संस्थांच्या माध्यमातून सर्वदूर प्रसार व्हावा, प्रत्येक व्यक्तीने झेनचे तत्त्वज्ञान समजून घ्यावे व आत्मवृत्तीचा मार्ग शोधावा याकरिता टँग राजांनी विशेष प्रयत्न केले. राजांच्या या प्रयत्नाला निश्चितपणे यश आले. चीनमध्ये झेन तत्त्वज्ञान सर्वदूर झाले. ते केवळ चीनपर्यंत सीमित राहिले नाही तर तिथून ते कोरिया, जपान यांसारख्या इतर देशांमध्ये पसरले, हे लक्षात घेतले पाहिजे. झेनचा हा प्रवास

कसा झाला, याचा नकाशा येथे सोबत दिलेला आहे.

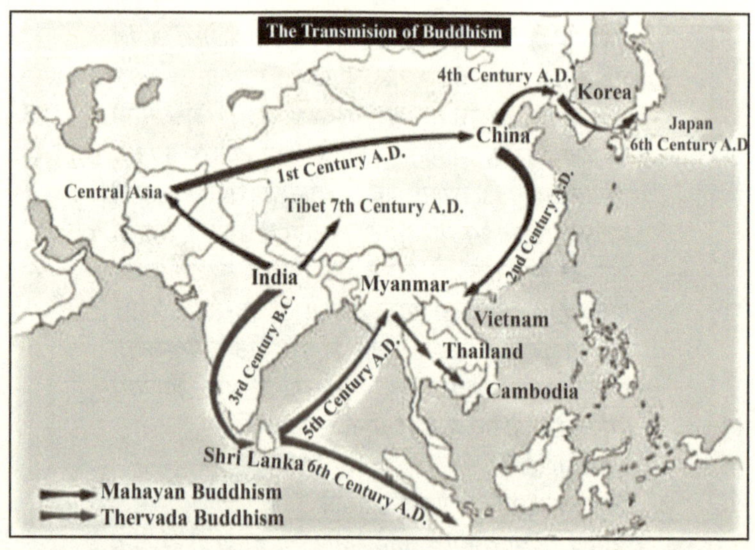

झेन तत्त्वज्ञानाच्या विकासामध्ये अनेक अडथळेदेखील आलेत. भारतातून चीनमध्ये झेन तत्त्वज्ञानाला प्रवाहित करताना कुमारजीवसारख्या बोधिसत्त्वाच्या अनुयायाने याकरिता जीवनभर अथक प्रयास केले, ते आपण लक्षात घेतले पाहिजे. असे असूनसुद्धा हा प्रवास इतक्या सहज व सुलभपणे झाला, असे मात्र मानता येणार नाही. त्यात येणाऱ्या महत्त्वाच्या अडचणीही लक्षात घेण्याची गरज आहे. भारत आणि चीन यांच्यामधील प्रवास हा अनेक प्रकारच्या भौगोलिक अडथळ्यांमुळे अत्यंत दुर्धर झालेला आहे. हिमालय पर्वत ओलांडून चीनमध्ये जाणे, अनेक दऱ्याखोऱ्या आणि कठीण मार्गांनि हा प्रवास करणे हे सर्वसामान्य बौद्धांना शक्यच होत नसे. मात्र तरीही या तत्त्वज्ञानाची ओढ आणि भारतीय समाजाच्या विचारसरणीला समजून घेण्याची इच्छाशक्ती यांमुळे त्यांना हे शक्य झाले. सातत्याने होणारे राजकीय बदल यांमुळेदेखील प्रवास सहजपणे झाला, असे म्हणता येणार नाही. चीन आणि भारत दोन्ही देशांमध्ये ज्या प्रकारे राज्यसत्तांमध्ये आणि राजकीय विचारांमध्ये बदल होत होते, त्याचा या तत्त्वज्ञानाच्या प्रवासावर आणि विकासावरही प्रभाव होता. हिंदू धर्माचे अनुयायी अथवा बौद्ध धर्माचे अनुयायी यांनी या विकासाकरिता प्रयत्न जरूर केले आहेत; परंतु त्यासोबतच या दोन्ही तत्त्वज्ञानांमध्ये असणारा सुप्त संघर्षही या विकासासाठी

अडथळा होता. बऱ्याचदा चीनमधील व्यवस्थेत होणारे बदल; नवीन राजसत्तांकडून आधीच्या राजसत्तांची नाकारली जाणारी विचारसरणी यांमुळे केवळ राजकीय तत्त्वज्ञानच नव्हे तर त्यासोबत सांस्कृतिक व वैचारिक संपत्तीचा वारसा असणाऱ्या झेन तत्त्वज्ञानाचाही त्यांनी विरोध केल्याचे दिसून येते. धार्मिक आणि सामाजिक मान्यतांचाही या प्रवासात मोठा अडथळा निर्माण झाला. चीनमधील एकंदरीत समाजरचना, संस्कृती ही भारतीय समाजापेक्षा भिन्नच आहे. त्यामुळे चीनमध्ये तत्त्वज्ञानाचा प्रसार होताना संस्कृती समायोजनाच्या मागील अनेक अडथळ्यांना तोंड द्यावे लागले. विविध प्रकारचे सांस्कृतिक अडथळे आणि भाषा व जागृती यांचे अडथळे यांमुळे झेन प्रवास सहजासहजी झाला नाही.

कोरियन समाजामध्ये झेनचे तत्त्वज्ञान केवळ व्यक्तिगत उन्नतीसाठी महत्त्वाचे मानले गेले नाही तर एक राजकीय, संस्कृती व समाजाचा विकास करणारे महत्त्वाचे आधारभूत तत्त्वज्ञान आणि राजकीय विकासाच्या प्रगल्भतेचे चिन्ह म्हणूनदेखील ते स्वीकारले गेले. जपानमध्ये तर हा स्वीकार अधिकच उन्नत पद्धतीने केला गेला. विरोचन नावाच्या बौद्ध भिक्षूने या तत्त्वज्ञानाच्या प्रचाराला चीन आणि जपानमध्ये मोठी गती दिली. त्या विरोचनाचे जपानी रूप म्हणजे 'दैनिची नयोरई' हे आहे. हा विरोचनाचा अपभ्रंश आहे. त्याला 'सूर्य बुद्ध' असे नाव देण्यात आले. विविध प्रकारची उदाहरणे आणि दृष्टांत देऊन त्याने बुद्ध तत्त्वज्ञानाचे महत्त्व आणि झेन तत्त्वज्ञानाला जपानी समाजात रूढ केले. परिणामतः जपानी समाजाला त्याचे महत्त्व सामाजिक व व्यक्तिगत स्वरूपात मान्य झाले. आत्मिक विकास करण्यासाठी हे तत्त्वज्ञान उपयुक्त आहे, अशा

— 禅 —

एक जपानी योद्धा रणसंग्रामात पराभूत झाला. शत्रूने त्याला कैद केले. त्या वेळी तो फार अस्वस्थ झाला. त्याला त्या तुरुंगात झोप येत नव्हती. उद्या आपल्याला फाशी दिली जाणार, ही भावना त्याला अस्वस्थ करीत होती. त्या वेळी त्याला झेन गुरूचा उपदेश आठवला- 'काळ अनंत आहे.' उद्या ही कल्पना अवास्तव आणि हा आजचा क्षण हेच वास्तव आहे. आताचा क्षण जगायला शिक. सत्याला सामोरा जा.
मग त्याला निवांत निद्रा लागली.

प्रकारची धारणा जपानी समाजामध्ये झाली आणि या तत्त्वज्ञानाला राजाश्रयदेखील मिळाला. त्यातून जपानी समाज, संस्था, राजघराणे आणि सर्वसामान्य व्यक्ती या सर्वांनी झेनचा स्वीकार केला. आजच्या घडीला झेन तत्त्वज्ञान व परंपरा यांना मोठी मान्यता जपान, चीन, कोरियासारख्या देशांमध्ये प्राप्त झाली आहे. या धारणा या समाजात रुजण्याची काही महत्त्वाची कारणे आपण लक्षात घेतली पाहिजेत. या सर्व समाजांनी आत्मविकासाला अधिक प्राधान्य दिले. आत्मिक विकासासाठी ज्ञान, कर्म आणि सातत्य यांचे महत्त्व जाणले. विविध कलाक्षेत्रांमधून आपल्या आत्मिक विकासाची व उन्नतीची प्रगती दर्शवता येते, यासाठी प्रत्येक व्यक्तीने प्रयास केला पाहिजे; जीवनातील सर्वोत्कृष्टता प्राप्त करणे हे प्रत्येक व्यक्तीचे ध्येय असले पाहिजे आणि ते साध्य होऊ शकते, अशा प्रकारचा विचार जपानी आणि कोरियन समाजात झाला. त्यामुळे गुणवत्तेचे महत्त्व या समाजाला अधिक मोठ्या प्रमाणात पटले. प्रत्येक कार्यात श्रेष्ठत्व, गुणवत्ता, सातत्य असले पाहिजे, या प्रकारची विचारधारा या समाजाने स्वीकारली. झेन या विचारांचे

प्रतिबिंब जपानी आणि कोरियन व समाजामध्ये विविध प्रकारे उठून आलेले दिसून येते. त्यामध्ये हस्ताक्षर, लेखन, चित्रकला, पाककला, नाटक, तत्त्वज्ञान, कविता, कार्यपद्धती, परंपरा व रूढी यांचे योग्य प्रकारे अनुपालन करणे; जीवनात शिस्तीला अधिक महत्त्व देणे; जीवनमूल्यांना श्रेष्ठत्वाची भावना देणे, यांतूनच झेन तत्त्वज्ञान या समाजात रूढ झाले. त्यामुळेच हा समाज आजही प्रगतीच्या पायरीवर सर्वांत पुढे आहे, हे आपण लक्षात घेतले पाहिजे.

◯

३

झेन तत्त्वज्ञानाचे स्वरूप

खरे ज्ञान प्राप्त करावयाचे असेल तर दायित्व स्वीकारणे, मन मोकळे आणि स्वच्छ ठेवणे आवश्यक आहे. सामान्यपणे दायित्व धारण करण्याची मानसिकता नसते, त्यातूनच खऱ्या पराभवाचा प्रारंभ होतो. कोणतेही काम करताना दायित्व स्वीकारण्याची मानसिकता असणे गरजेचे आहे. कोणतेही काम करताना त्याच्या यशाचा विचार करा. अपयशाचा विचार करून कार्यारंभ करू नका. एखाद्या कामात अपयश आल्यास केवळ कोण जबाबदार आहे, हे पाहण्याची दृष्टी ठेवू नका तर ते का अपयशी झाले, हे शोधण्याचा प्रयास करा. जबाबदारी स्वीकारली

禪

या संदर्भात एका जपानी कंपनीचे उदाहरण लक्षात घेण्यासारखे आहे. एक कंपनीचे कार्य काच बाटल्या निर्मितीचे होते; परंतु बाजारपेठेत काच बाटल्यांची मागणी कमी झाली. कंपनीने आपल्या समस्येचे विविधांगी विश्लेषण केले. त्यांच्या असे लक्षात आले की, कंपनीचे खरे कार्य काच बाटल्या निर्माण करणे नाही, तर विविध प्रकारच्या संग्रहण वस्तू (Storage containers) तयार करण्याचे आहे. परिणामतः कंपनीने प्लास्टिक बाटल्या निर्माण सुरू केले व आपली यशस्विता कायम ठेवली.

की आपण त्याच्या पुर्ततेसाठी पुढाकार घेतो आणि ते अधिक परिपूर्ण करण्याचा प्रयास करतो. जबाबदारी स्वीकारणारा व्यक्ती स्वतःच्या किंवा इतरांच्या चुकांचे अकारण समर्थन करू शकत नाही. मोकळ्या मनाने पुढाकार घ्या.

कोणतेही कार्य करताना त्यातून आपल्या मनाला आनंद व समाधान प्राप्त झाले पाहिजे. स्वतःविषयी अपसमज, मोह आणि आसक्ती हेच ज्ञानग्रहणाचे खरे शत्रू आहेत. आपण मोह आणि लोभ यांनी जोपर्यंत एखादे कार्य करतो, तोपर्यंत त्या कार्यातून आपणास पूर्ण आनंद व समाधान प्राप्त होत नाही. आपल्यातील कमतरता, त्रुटी व मर्यादा यांचा परिचय होणे, हीच झेन तत्त्वाची पूर्वअट आहे.

आत्माभिमान व वृथा गर्व यांमुळे आपले दोष दिसत नाहीत. कार्य पद्धतीतील त्रुटी कायम राहतात. स्वच्छपणे प्रश्न समजावून घेण्याची मानसिकता ही सर्वांत महत्त्वाची पूर्वअट आहे. जेव्हा समस्यांची पारदर्शक व स्पष्ट परिभाषा करण्याची क्षमता विकसित झाली की पूर्वग्रह दूर होतात. उत्तरे व पर्याय सहजपणे सापडतात.

प्रत्येक माणसाला भूतकाळात रममाण होण्याची कामना वारंवार होते. त्यातून एक विवक्षित मानसिकता तयार होते. कारण त्यामुळे वर्तमानाचे भान व्यक्ती हरवतो. आपल्या क्षमता व सामर्थ्यांवरचा त्याचा विश्वास उडतो; कारण त्याला समोरचे काही दिसत नाही. त्यातून एक मनोदौर्बल्य व अल्पदृष्टीचा (Myopin) आजार होतो. वास्तवात जगणारा व्यक्ती आपली प्रतिमा व सत्य यांपासून फारकत घेतो. मी कसा होतो, मी कसा श्रेष्ठ होतो, माझी त्या काळातील क्षमता व सामर्थ्य या विषयीच्या अकारण श्रेष्ठत्वाची भावना तयार होते. वास्तवाची सत्यता त्याला लक्षातच येत नाही. व्यक्ती भूतकाळाच्या चौकटीत स्वतःला बंदिस्त करून घेतो. भूतकाळ पाण्यासारखा असतो. त्यात जो रंग मिसळाल तो रंग पाणी धारण करते. केवळ भूतकाळाची वारंवार उजळणी करून वर्तमानात जगता येत नाही व भविष्यावर विजयदेखील प्राप्त करता येत नाही.

झेनच्या तत्त्वज्ञानाचे एक महत्त्वाचे सूत्र म्हणजे वर्तमानाला सत्य समजून वागा. नवीन आव्हानांना सामोरे जायचे असेल तर मनाला खंबीर होणे अगत्याचे आहे. भूतकाळात रममाण होणारा व्यक्ती अधोगतीच्या मार्गावर वेगाने जातो; म्हणून तथागत बुद्धाचा एक उपदेश लक्षणीय आहे- 'what you think you become' एक प्रकारची स्थितिशील व जडत्वाची भावना उजागर झाल्याशिवाय व्यक्ती आपली प्रगती करू शकत नाही.

भूतकाळात रममाण होणाऱ्या संस्था नवीन तंत्रज्ञान, व्यावसायिक धोरणे व स्पर्धात्मक कार्यपद्धती स्वीकारू शकत नाहीत. भारतीय राजाच्या पराभवाचे मुख्य कारण त्यांनी नवीन शस्त्रे, नवीन युद्धतंत्रे व नव्या विचारांना सामोरे जाण्याचे मानसिक सामर्थ्य दाखवले नाही. 'असे होते आमचे पूर्वज' या पूर्वजपूजेचा दुष्परिणाम ते भूतकाळात रममाण झाले व भविष्याच्या आव्हानांना सामोरे जाऊ शकले नाहीत. आत्मज्ञान व आत्मजाणीव या गोष्टी व्यक्ती प्रगती आणि मानसिक स्थैर्यासाठी महत्त्वाच्या आहेत. झेन तत्त्वज्ञानानुसार खरे सामर्थ्य मनाच्या स्थैर्याचे आहे. दुःख, वेदना आणि मनाच्या असंतुलीत वर्तनाचे कारण मनाच्या सामर्थ्याची जाणीव नसणे हे आहे. या संदर्भात एक झेनकथा विशेष महत्त्वाची आहे.

禅

एकदा एक बौद्ध भिक्षू एका राजवाड्यात गेला.
राजाने त्याचे आदरातिथ्य केले आणि विचारले, "महाराज आपणास काय हवे?"
"या धर्मशाळेत थोडा वेळ विश्रांती घ्यायची आहे."
"पण महाराज ही धर्मशाळा नाही."
"महाराज आपल्यापूर्वी येथे कोण राज्य करीत होते व निवास करीत होते?"
"माझे वडील," राजा उत्तरला.
"त्या अगोदर?" भिक्षू
"आजोबा," राजा
"त्या अगोदर?" भिक्षू
"माझे पणजोबा," राजा
"तुम्ही तर आता म्हणत होता ही धर्मशाळा नाही, हे कसे काय?" भिक्षूने विचारले.

मनाची क्षमता वाढवणारी सगळ्यात मोठी शक्यता एकाग्रता व आत्मबल आहे. साधना, सातत्य व समर्पणाची भावना असल्याशिवाय मनाची क्षमता वाढत नाही, असे झेनचे तत्त्वज्ञान प्रतिपादन करते.

या संदर्भात 'कराटे कीड' या चित्रपटात एक उत्तम दृष्टांत दिलेला आहे.

या चित्रपटातील विद्यार्थ्याला त्याचा शिक्षक एक मोलाचा सल्ला देतो. सातत्यपूर्ण व संपूर्ण लक्ष देऊन कार्य केल्याशिवाय कोणतेही कौशल्य प्राप्त होत

नाही. चांगल्या पद्धतीने व यशस्वी कार्यसिद्धी होण्यासाठी एकाग्रता हवी. ती केवळ सराव व निष्ठा यांतूनच प्राप्त होते. कोणतीही कला शिकण्यासाठी केवळ चांगले विद्यामंदिर व चांगले शिक्षक असणे आवश्यक नाही तर त्यासोबतच आपण का शिकत आहोत आणि त्या अध्ययनामागची भूमिका काय आहे, याबाबतचा उद्देश समजून निष्ठेने ज्ञान ग्रहण करणारा विद्यार्थीदेखील तितकाच महत्त्वाचा आहे.

—— 禅 ——

एक राजपुत्र एका झेन गुरूकडे गेला आणि त्यांना म्हणाला, "गुरूजी, आपण मला एकाग्रता व ध्यान करण्याची कला शिकवा."

झेन गुरूंनी त्याला दोन दिवसांनी बोलावले. तो पुन्हा दोन दिवसांनी आला. मग त्याला पुन्हा बोलावले. असे दोन-तीनदा झाले. त्याने कंटाळून गुरूंना विचारले, "मग मला एकाग्रता कधी शिकवाल?" त्यावर झेन गुरू म्हणाले, "मला एक सांग; जेव्हा तू या खोलीत आला त्या वेळी तुझ्या जवळची काठी व चप्पल दाराच्या उजव्या बाजूला ठेवली की डाव्या बाजूला?" त्यावर राजपुत्राने "काही आठवत नाही," असे उत्तर दिले. "मग तुला खरोखरच एकाग्रता व ध्यान शिकण्याची गरज आहे." झेन गुरू त्याला म्हणाले, "एका वेळी एकाच गोष्टीवर लक्ष केंद्रीत करण्याची कला साध्य झाल्याशिवाय एकाग्रता व ध्यानाची सिद्धी प्राप्त होत नाही."

एकाग्रता व ध्यान करण्याची क्षमता वाढवणारा व्यक्ती अनेक असाध्य वाटणारी कामे लिलया करू शकतो. झेन तत्त्वज्ञानाचा प्रसार करणाऱ्या एका झेन गुरूच्या मते झेनची उपासना करण्याच्या साधक आपली मानसिक शक्ती व ऊर्जा वाढवत जातो. त्याची प्रत्येक कृती सर्वोत्तम व परिपूर्ण असते.

व्यक्तिगत जीवन यशस्वी करण्याचा एक महत्त्वाचा झेन मूलमंत्र म्हणजे सर्वोत्कृष्टतेचा ध्यास.

स्वतःचे जीवन सुखकर करीत असतानाच इतरांच्या जीवनात आनंदाचा झरा वाहता ठेवणे, हे प्रत्येक व्यक्तीचे कार्य आहे. चांगले कार्य स्वार्थगत भावनेतून न करता त्याला अधिक व्यापक रूप द्यावे. इतरांचे हित साधता यावे

एका झेन गुरूंनी आपल्या शिष्याला दृष्टांत देताना एका खाटीकाचे उदाहरण दिले आहे. एक व्यक्ती एका खाटीकाकडे मांस विकत घ्यायला गेला. तो खाटीक उत्कृष्ट आणि उत्तम मांस विकण्यासाठी प्रसिद्ध होता. त्याला जेव्हा त्या व्यक्तीने "मला एक चांगला मांसाचा तुकडा द्या,'' अशी मागणी केली त्यावर तो खाटीक म्हणाला, "माझ्याकडे दुय्यम दर्जाचा मांसाचा कोणताच तुकडा नाही. मी केवळ सर्वोत्कृष्ट मांसच विकतो.''

याकरिता पुढाकार घेण्याची वृत्ती करुणा, दया व क्षमाशील वृत्ती यातून निर्माण होते. हा तथागताचा उपदेश झेनगुरूच्या अनेक दृष्टांतांमधून आढळून येतो. इतरांच्या विकासातच आपले हित सामावले आहे, हा उदार व सर्वसमावेशक दृष्टिकोन त्या दृष्टीने विशेष महत्त्वाचा आहे. जेव्हा एका दिव्याच्या ज्योतीने इतर दिवे पेटवल्यास त्या ज्योतीचे तेज कमी होत नाही, तसेच एक चांगला विचार अनेक चांगल्या विचारांना पुढे नेतो, चांगल्या कृतींना जन्म देतो. 'अत्त दिपो भव' हा विचार याच प्रेरणेतून पुढे येतो.

समाज व समाजातील विविध घटकांसाठी पुढाकार घेऊन योगदान करणे, ही उत्तम व्यक्तिमत्त्वाची खरी ओळख आहे. या सुकृतातून समाजात चांगल्या कृतीची निर्मिती होते. चांगल्या सुखद जीवनाचे ते खरे गमक आहे.

वेदना, दुःख आणि यातना कोणाला होत नाहीत; परंतु या जीवनात वेदना आहेत म्हणून केवळ जीवनाकडे निराशवृत्तीने पाहणे, केवळ अपयश व पराभूत वृत्तीने जगणे, यात काही अर्थ नाही. यापेक्षा आपल्या वेदनांना विसरून दुसऱ्याचे अश्रू पुसणारी सकारात्मक वृत्ती जोपासणे अधिक महत्त्वाचे आहे. वेदना सर्वांनाच होतात; परंतु त्यावर मात करण्याचे आत्मिक सामर्थ्य प्राप्त केले की व्यक्तीला समाधान, यश व संतुष्टीची भावना होते. हे सामर्थ्य, मनोबल, साधना, निष्ठा व जिद या चतुःसूत्रीतून प्राप्त होते.

बऱ्याचदा व्यक्ती मोहाच्या आहारी जातो आणि मग त्याला स्वार्थ हीच खरी प्रेरणा वाटते. त्यातून अयोग्य कृती, अयोग्य आचरण व अयोग्य निर्णयांचे दुष्टचक्र निर्माण होते. बुद्धाच्या आर्य अष्टांगिक मार्गाचा स्वीकार करणारा व्यक्ती या मोहप्रणीत अविचारापासून स्वतःला मुक्त करू इच्छितो. त्यातूनच त्याला स्वतःच्या चुका व त्रुटीची जाणीव होते. सम्यक विचार व सम्यक आचरण हाच

एकदा एक झेन गुरू प्रचंड वेगाने प्रवाहित होणाऱ्या नदीमध्ये सापडले. ते बोटीतून पडले. त्या वेळी त्यांचे सर्व सहकारी ओरडू लागले. त्यांना वाटले आता गुरू वाचणार नाहीत. कारण एवढ्या वेगाने वाहणाऱ्या प्रवाहात त्यांचा निभाव लागणार नाही. आश्चर्य म्हणजे ते गुरू थोड्याच वेळात किनाऱ्यावर पोहोचले. "हे कसे झाले," अनेकांनी विचारले. "मी प्रवाहात सापडलो, पण मी त्या पाण्याचा विरोध न करता त्याच्यासोबतच प्रवास करायचे ठरवले. मी पाण्यासारखा झालो. मग काय; जिथे विरोध संपतो तेथे सहकार्य सुरू होते."

संतुलित जीवनाचा पाया आहे; झेन विचार स्वीकारण्याची पूर्वअट आहे, हे लक्षात घेतले पाहिजे. श्रेष्ठत्वाची कामना आणि चांगले कार्य करण्याची प्रेरणा यातूनच व्यक्ती पुढे जातो. ही श्रेष्ठत्वाची कामना माणसाच्या उन्नत अभिव्यक्तीचे खरे दर्शन आहे. आत्मप्रकटीकरण (Self-actualization) ही मानवाच्या उन्नतीच्या खरी अवस्था आहे. सर्वोत्कृष्टता आणि ध्येय साध्य करण्याची आत्यंतिक ओढ यातूनच आत्मप्रकटीकरण साध्य होते.

स्वतःमध्ये सतत सुधारणा करणे, आत्मविकासाचा ध्यास धरणे आणि आपले दोष नियमितपणे दूर करणे हाच 'झेन' प्रगतीचा मार्ग आहे. संघटनेत, कुटुंबात सर्वच सामूहिक क्रमात एखादी गोष्ट असफल झाली की त्यासाठी जबाबदार कोण, हे शोधताना आपण इतरांचे दोष शोधून घेतो. आपले काही चुकले काय? हा प्रश्न आपण सहसा विचारत नाही. ज्या वेळी आपण या कार्यात माझ्याकडून काही चूक झाली काय, हा प्रश्न विचारतो त्याच वेळी दोषाचे कारण व त्याचे निराकरण करण्याची क्षमता आपल्यात येत असते. दुसऱ्याचे दोष दाखवून आपली प्रगती साधता येत नाही, ही साधी बाब प्रथम लक्षात घ्या. यासाठी झेन तत्त्वज्ञानाचे एक महत्त्वाचे सूत्र लक्षात घ्या, दुसऱ्यांच्या तलवारीने वार करू नका. दुसऱ्याच्या घोड्यावर आरूढ होऊन मोठी धाव घेण्यात पुरुषार्थ नाही. दुसऱ्यांना कमी लेखून आपले श्रेष्ठत्व सिद्ध होत नाही. स्वतःचा खरा परिचय होईल, असा प्रयास करा. एकदा मी कोण हे कळले की मग आयुष्याचा पुढचा प्रवास एकदम सोपा आणि यशस्वितेच्या मार्गावर जाणारा असतो.

झेन तत्त्वज्ञानाची कुळकथा

झेन तत्त्वज्ञानाचा प्रारंभ शाक्यमुनी आणि त्यांचे तत्त्वज्ञान यांपासून होतो. प्राचीन भारतातील योगशास्त्र आणि ध्यानविषयक कार्यपद्धती आणि तंत्रे यांचा शाक्यमुनी अर्थात तथागत गौतमाने सखोल अभ्यास केला होता. गौतम बुद्धाचा आत्मोन्नती व आत्मप्रत्ययाचा मार्ग म्हणजे सम्यक एकाग्रता, सम्यक चिंतन, सम्यक ध्यान व सम्यक आत्मावलोकन या चतुःसूत्रीचा स्वीकार होय.

तथागताच्या मते, मनुष्याला वास्तविक आत्मज्ञान व मुक्ती हवी असेल तर त्याने प्रथम स्वतःला ओळखले पाहिजे. त्यासाठी केवळ कठोर तप आणि प्रयास पर्याप्त नाही, तर त्यासोबतच चार मूलभूत सद्गुणांचा स्वीकार करणे आवश्यक आहे. ही चार सूत्रे अथवा मुख्य विचार पुढीलप्रमाणे सांगता येतील :

- इतरांवर दया करण्याची, त्यांना साहाय्य करण्याची लोभ विरहित प्रवृत्ती.
- इतरांचे दुःख, वेदना आपले मानून घेणे व त्यावर मात करण्यासाठी दयावृत्ती दाखवणे (करुणा).
- आपपर भावाचा त्याग करून लोभ, मोह, क्रोध, ईर्ष्या व द्वेष या क्षुद्र मानवीय भावनांवर विजय मिळवणे आणि सर्व प्राणिमात्रांबाबत 'समभाव' ठेवणे.
- सर्वांत महत्त्वाचे म्हणजे समत्व भावाचा स्वीकार करून आपल्या संपर्कातील सर्व प्राणिमात्रांवर एक समत्व भावनेने प्रेम करणे.
- एकंदरीतच, झेन तत्त्वज्ञानाचा उदय म्हणजे चार मूलभूत सूत्रांचा समन्वय

आहे. दया, एकाग्रता, सहानुभूती व करुणा या चार शब्दांत झेनचे तत्त्वज्ञान एकवटले आहे. एकरूप झाले आहे.

禪

एकदा तीन परीक्षार्थी एक महत्त्वाची परीक्षा देण्यासाठी निघाले होते. वाटेत ते एका मिठाई विकणाऱ्या हलवायाच्या दुकानापाशी थांबले. त्या वेळी त्या तिघांपैकी दोघे जोरजोरात वादविवाद करीत होते. अकारण विद्वत्तेचा आव आणून इतरांवर प्रभाव पाडण्याचा प्रयत्न करीत होते. येथे मिठाई विकणाऱ्या स्त्रीने त्यांना विचारले "कुठे चाललात?"

"आम्ही परीक्षा देण्यासाठी जात आहोत."

"मला वाटते तो शांत असणारा तिसरा विद्यार्थी उत्तीर्ण होईल."

"का बरे?"

"कारण मिठाई जेव्हा पूर्णपणे तयार होते, त्या वेळी ती अकारण आवाज करीत नाही."

झेनच्या माध्यमातून मनाची एक विशिष्ट ठेवण घडवता येते. मनाला विशिष्ट विचारसरणीसाठी परिपक्व आणि संपन्न करता येते. केवळ तात्त्विक विचारसरणीचा पाठपुरावा न करता पुढे जाण्यासाठी प्रयत्न करणारे तत्त्वज्ञान म्हणून झेनचा पुरस्कार करता येईल. विरोधाभास, द्वैत आणि परस्पराशी समन्वय न साधणाऱ्या वैचारिक द्वंद्वामध्ये समर्थपणे आणि योग्य विचारसरणीचा पुरस्कार करणारे तत्त्वज्ञान म्हणून झेनचा गौरव केला जातो. व्यवस्थापकाच्या महत्त्वाच्या कार्यात नियंत्रण, समन्वय आणि निर्णय ही कार्ये अत्यंत महत्त्वाची आहेत. नियंत्रणाचे कार्य अत्यंत कठीण आहे. कारण त्यासाठी व्यवस्थापकास आपल्या अधिकारांचा, प्रभावांचा आणि समतेचा वापर करावा लागतो. त्यामध्ये इतरांकडून सहकार्याची व त्यासोबतच आज्ञापालनाची अपेक्षा आहे. सर्वच प्रसंगांत सहकारी आणि कनिष्ठ स्तरांवरील कर्मचारी हे सहकार्य देतीलच, याची खात्री देता येत नाही. आज्ञांचे पालन न होणे हा व्यवस्थापकाच्या अधिकारस्थानाचा अधिक्षेप आहे. त्याचा नियमित आणि नैमित्तिक भूमिकेचा अवमान आहे. केवळ

एका चित्रकाराकडे एकदा बाई चित्र काढण्यासाठी आली. त्याने अवघ्या वीस मिनिटांत ते चित्र पूर्ण केले. त्यावर त्या बाईने आश्चर्य व्यक्त करीत म्हटले, ''वा! केवळ वीस मिनिटांत एवढे अप्रतिम चित्र खरोखरच तुम्ही विलक्षण प्रतिभावान आहात.'' त्यावर तो चित्रकार नम्रतेने म्हणाला, ''बाईसाहेब २८ वर्षे व २० मिनिटे केवळ एवढीच माझी तपश्चर्या आहे. त्यातून हे साध्य झाले.''

सत्ता, अधिकार व बळाच्या साहाय्याने व्यवस्थापक आपल्या अधिकारांचा, सामर्थ्याचा आणि समतेचा वापर करू शकत नाही. इतरांना आपण वाकवू शकतो, त्यांना नमवू शकतो, हा विचार प्रत्येक वेळी वास्तवात उतरवता येत नाही. दबाव आणि दडपण या तंत्रांना मर्यादित यश प्राप्त होते, त्याला उचित पर्याय म्हणजे झेन होय.

आजचे औद्योगिक जग अत्यंत झपाट्याने बदलत आहे. हे परिवर्तन वेगवान आहे. या सर्व परिवर्तनाशी समायोजन करणे, त्यानुसार आपल्या व्यक्तिमत्त्वात, कार्यशैलीत बदल करणे, व्यवस्थापकांना प्रत्येक वेळी शक्य होतेच असे नाही. त्यासाठी त्यांनी विविध प्रकारे समायोजन करणे आवश्यक आहे. बदलाची दिशा लक्षात घेऊन आपली कार्यशैली, कौशल्ये आणि दृष्टिकोन अनुकूल पद्धतीने मांडणे, त्याची रचना करणे अत्यावश्यक ठरते; परंतु त्या प्रकारची भावनिक तत्परता दाखवण्यात अनेक व्यवस्थापक अपयशी ठरतात. व्यवसायाचा मूलस्रोत म्हणजे कल्पना आणि नावीन्य. प्रतिभा हीच व्यवसायाची खरी शक्ती आहे. तोच व्यवसायाचा मूलस्रोत आहे. प्रतिभेचा विकास मुक्त वातावरणात होतो. संघर्ष आणि द्वैतावस्था प्रतिभेच्या विकासाला बऱ्याचदा मारक ठरतात. मुक्त वातावरणासाठी व स्वतंत्र विचारांच्या विकासासाठी विविध प्रकारच्या समायोजना संदर्भातील लवचिकता आणि तत्परता असली पाहिजे. ताणतणाव, अस्वस्थता, साचेबद्ध वाटचाल यांमुळे प्रतिभेला व विकासाच्या नवीन संकल्पनांना खीळ बसते. त्यावर मात करण्यासाठी मुक्त वातावरण हवे. ताण आणि अनुचित दबाव यांपासून स्वतंत्र होत नवे व चैतन्यपूर्ण जीवन जगण्याची संधी प्राप्त व्हावी, असे व्यवस्थापकांना वाटत नसते असे नाही; पण व्यावसायिक

पर्यावरणात अशा प्रकारचे मुक्त वातावरण सहजासहजी प्राप्त होत नाही. परिणामतः व्यवस्थापकाची अंतःस्फूर्ती संपुष्टात येण्याची शक्यता असते. त्यातून तो अस्वस्थ होतो, अपयशी होतो. परिवर्तन करण्याऐवजी तो परंपरेचा अनुयायी होतो. ही एकप्रकारे व्यवस्थापकीय नवनिर्मितीची हत्याच आहे. आधुनिक व्यवसायात अशा प्रकारे व्यवस्थापकीय संसाधनांचा ऱ्हास होणे, हे विकासप्रक्रियेस मारक आहे. व्यवसायाचे हितसंवर्धन होऊ न शकणे, हे एक प्रकारचे औद्योगिक क्षेत्रातील प्रदूषण आहे. त्यामुळे चैतन्य आणि नवनिर्मितीचा ऱ्हास होतो आणि म्हणून त्याबाबत योग्य उपाययोजना केली पाहिजे.

या दृष्टीने झेनचे सम्यक तत्त्वज्ञान विशेष उपयुक्त आहे. झेनच्या दृष्टिकोनातून ही समस्या सोडवण्याचे दोन मार्ग आहेत. एक म्हणजे कालबाह्य आणि परिपक्व झालेल्या व्यवस्थापकांना निवृत्त करणे. मात्र अशा प्रकारे आपण व्यवस्थापकीय क्षमतेचा अपर्याप्त वापर करतो. व्यवस्थापकीय बुद्धिमत्ता, ज्ञान आणि अनुभव यांना योग्य प्रकारे व उचित स्वरूपात वापरण्याऐवजी त्याला निवृत्त करणे म्हणजे व्यवस्थापकीय ज्ञानाची नासाडी आहे, अपव्यय आहे. त्या व्यवस्थापकांना पुन्हा प्रशिक्षण देणे आणि त्यांच्या कार्यक्षमतेत वाढ करणे, त्यांच्या प्रतिमेला उजाळा देणारी ज्ञानपद्धती विकसित करणे आवश्यक आहे व हाच उचित उपाय आहे. हा झेनचा दुसरा उपाय आहे. झेनचे हेच ध्येय आहे.

禅

अविचाराने केलेल्या कृत्यांचे मूर्ख माणूस समर्थन करतो;
परंतु अशा विषवृक्षाची फळे नेहमीच विषारी आणि कडवट
असतात.

(जातक कथा)

झेनच्या मते, कुशल व्यक्ती कधीच निरुपयोगी नसते. गरज असते त्याच्या कौशल्यास वारंवार झळाळी देण्याची. त्यासाठी परिवर्तनाची दिशा आणि गती सतत बदलती ठेवली पाहिजे. परिवर्तनाचा वेग वाढवत नेला पाहिजे. कारण परिवर्तन हाच कालामुळे निर्माण होणाऱ्या समस्या सोडवण्याचा एकमेव आणि प्रभावी मार्ग आहे. कालबाह्य तंत्राचा स्वीकार व बदलांना विरोध ही अचेतन अवस्थेची लक्षणे आहेत.

एकदा एके ठिकाणी युद्ध सुरू होते. त्या वेळी एक पराक्रमी सेनापती गावेच्या गावे बेचिराख करीत चालून येत होता.

त्या पार्श्वभूमीवर एका गावातील सगळे लोक भयाने पळत सुटले, पण एक झेन गुरू मात्र तिथेच थांबले.

त्या एकट्या निर्भय भिक्षुकास पाहून तो सेनापती चकितच झाला.

जरा रागानेच तो भिक्षुला म्हणाला, "प्रत्यक्ष मृत्यू तुझ्यासमोर उभा आहे. तरी तुला भय वाटत नाही."

त्यावर भिक्षु म्हणाला, "मी प्रत्यक्ष मृत्यूसमोर असताना भीत नाही; तर मग तुला पाहून भीतीचे कारण काय?"

हे उद्गार ऐकल्यावर भिक्षुसमोर तो सेनापती नतमस्तक झाला.

झेन हे परिवर्तनाचा पुरस्कार करणारे तत्त्वज्ञान आहे. प्रत्येक क्षण स्वतंत्र आहे व मुक्त आहे. प्रत्येक क्षण आपण विशिष्ट प्रकारे जगला पाहिजे. प्रत्येक क्षणाला बदलत गेले पाहिजे. हे झेन तत्त्वज्ञान आहे. आपल्याजवळील क्षमता आणि कौशल्याचा वापर जर व्यवस्थापकास पूर्ण स्वरूपात करायचा असेल तर त्याने परिवर्तनालाच नित्यनूतन धर्म मानले पाहिजे. भयापासून, तणावापासून आणि दडपणापासून मुक्त होण्याचा एकमेव मार्ग म्हणजे परिवर्तनास सामोरे जाण्याची, नावीन्य आणि जीवनवादी दृष्टी स्वीकारण्याची मानसिकता! ही मानसिकता निर्माण करण्यावर झेन तत्त्वज्ञान भर देते. झेनच्या माध्यमातून प्राप्त होणारे स्वातंत्र्य हे केवळ भावनात्मक आणि तात्कालिक स्वरूपाचे नाही. कोणत्याही प्रकारचे आणि मनसोक्त जगण्याची पद्धती स्वीकारणे म्हणजे झेनचे स्वातंत्र्य नाही. स्वतंत्र व्यक्ती विचारशील असते, ती मुक्त असते, पण उन्मुक्त नसते, असे झेन विचारसरणी मानते. स्वतंत्र मनुष्य प्रत्येक क्षणाला पुढे जाण्याचा प्रयत्न करतो. प्रत्येक क्षण जगण्याचा प्रयत्न करतो. कारण हे स्वातंत्र्य कालच्या आणि कालबाह्य बंधनमुक्ततेतून प्राप्त झाले आहे. कर्मविपाकवादी विचारसरणीमधील स्वातंत्र्य आणि बंधनाचा अतूट संबंध झेनने मान्य केला आहे. येथे कर्म म्हणजे या जीवनात करीत असलेले काम; जिथे जरा-मरण, पुनर्जन्म, कर्माचा संबंध नाही. प्रत्येक कर्माची क्रिया आणि प्रतिक्रिया या दोन स्वरूपाची

रूपे आहेत. ही दोन्ही रूपे परस्पराधिष्ठित आहेत, परस्परांशी निगडित आहेत, असे झेनवादी विचारसरणी मानते. परिवर्तन हा सत्याच्या जवळ जाण्याचा मार्ग आहे. आपली क्षमता आणि प्रतिभा व्यक्त करण्याचा मार्ग आहे. ते ओबडधोबड स्वरूपात नसते. ते विकृतीचा स्वीकार करणारे नसते. ते सामर्थ्य, विकास, संस्कृती आणि विधायकतेचा पुरस्कार करते.

झेन तत्त्वज्ञानाचा प्रारंभ

झेनचे तत्त्वज्ञान मूलतः भारतीय तत्त्वज्ञानावर आधारित आहे. भारतातील अनेकविध आत्मपरिचारक आणि गुढविद्या तसेच योगसूत्रांचा हा अत्यंत औचित्यपूर्ण व अपूर्व संगम आहे; परंतु असे असले तरीही झेन म्हणजे निव्वळ या प्राचीन तत्त्वज्ञानाचा व ज्ञानसूत्रांचा पुनरुच्चार नाही किंवा त्यांचे नवीन प्रतिपादन मात्र नाही. नवे स्वरूप त्यापेक्षा अधिक व्यापक व व्यवहार्य आहे.

झेन हे पौर्वात्यांच्या, विशेषतः भारतीयांच्या विविध विचार व ज्ञानसूत्रांचे पूर्णत्व प्राप्त झालेले सारभूत स्वरूप आहे; परंतु केवळ तत्त्वज्ञान अथवा निखळ तर्कशास्त्र आणि विवेकवादी विचारसरणी असे त्याचे स्वरूप नाही.

झेन तत्त्वज्ञान कशा स्वरूपाचे आहे? त्याची वैशिष्ट्ये कोणती? या प्रश्नाचे उत्तर देताना श्री. सुझुकी यांनी पुढील बाबी मांडल्या आहेत—

- झेन तत्त्वज्ञान हा बौद्ध तत्त्वज्ञानाचा एक महत्त्वपूर्ण मार्ग आहे, परंतु ते संपूर्ण बौद्ध तत्त्वज्ञान नाही किंवा संपूर्ण बौद्ध तत्त्वज्ञानाचे सारभूत सूत्र नाही.

禪

एक अभ्यासू व कष्टाळू शिष्य गुरूकडे गेला आणि म्हणाला
"महामान मला झेनचे तत्त्वज्ञान शिकण्यासाठी किती
अवधी लागेल?"
"दहा वर्षे," गुरू म्हणाले.
"मी खूप परिश्रम घेतले तर?"
"वीस वर्ष," गुरू उत्तरले.
"का बरे?"
"जर तुझा एक डोळा ध्येयावर आणि एक डोळा मार्गावर
असेल तर गंतव्य स्थानावर पोहोचण्यासाठी किती अवधी
लागेल हे तुझे तूच ठरव!" गुरू म्हणाले.

- ही जीवनप्रणाली व विचार करण्याची एक पद्धत आहे.
- झेन हे 'संपूर्ण तत्त्वज्ञान' नाही.
- केवळ विवेक व तर्क यांचा वापर करून झेन सूत्रांची परिपूर्ण उकल होऊ शकणार नाही.
- झेन ही मनाला प्रशिक्षण, दिशा व वळण देणारी एक विचारसरणी आहे.
- एक परिपूर्ण आणि उदात्त जीवनशैली म्हणून झेनचा गौरव केला जातो. कारण सूत्रे, पंथ, विचारसरणी (ism) व साचेबंद तत्त्वज्ञान यांच्या पलीकडे जाऊन झेनचा विचार हा एक प्रकारच्या उन्नत जीवनशैलीचा आणि मुक्त मानसिकतेचा पुरस्कार करतो.

झेनचे तत्त्वज्ञान सहजसाध्य आणि आकलनास उत्तम वाटणाऱ्या सूत्रांचे समर्थन करते. उदाहरणार्थ–

- जगातील सर्व काही नश्वर आहे. जन्म व मृत्यूचे चक्र कोणालाच चुकलेले नाही.
- या नश्वर गोष्टींचा मोह हेच दुःखाचे मूळ कारण आहे.
- या नश्वरतेचे सत्य स्वीकारणे हाच आनंदप्राप्तीचा खरा मार्ग होय.
- मोह, लोभ, स्वार्थ, इष्र्या या भावनांवर मात करणे हाच नश्वरतेला समजून घेण्याचा खरा मार्ग आहे.

禪

Those who know,
do not speak
Those who speak,
do not know.

ज्याप्रमाणे कुंभाराचे चाक जर योग्य प्रकारे घडणीवर बसले नसेल तर चांगल्या आकाराचे भांडे तयार होत नाही. तसेच मनाचे आहे. जर त्याची ठेवण योग्य नसेल तर दुःख होणारच. केवळ कुंभार चांगला असणे पुरेसे नाही. तर घडणीची चौकट उत्तम असणेही तितकेच महत्त्वाचे आहे. यासाठीच झेन हा व्यक्तिगत अनुभव आहे. प्रत्येकाला झेनची अनुभूती वेगवेगळ्या प्रकारे येते. कारण प्रत्येकाच्या मनाची ठेवण वेगवेगळी आहे. विचार करण्याची, इतरांशी

No thought
No reflections
No analysis
No conclusions

वागण्याची, संवाद साधण्याची रीत व वृत्ती स्वतंत्र आहे.

झेन तत्त्वज्ञानाचा, परंपरांचा मूळ हेतू मनाला प्रशिक्षित करणे, त्याला ठरावीक शिस्त व वळण लावणे हा आहे. उन्नत दर्जाचा व उत्तम झेन गुरू मनाला वळण लावण्याच्या प्रयत्नात खचित योग्य मार्गदर्शन करू शकतो. जरी झेन गुरू, आपल्याला मार्गदर्शन करण्यास सक्षम असला तरीही मनाला वळण देणे व झेन आत्मसात करून त्याचे अनुकरण करणे, हे व्यक्तिपरत्वे स्वतंत्र व वेगळ्या प्रकारचे कार्य आहे. सातत्यपूर्ण नियमित सराव, मनाचा निग्रह व सकारात्मक विचारांची ठेवण, या गोष्टी झेनचे तत्त्वज्ञान आत्मसात करण्याच्या प्रवासात उपयुक्त सिद्ध होतात. ही एक नियमित व सतत चालणारी प्रक्रिया आहे. एका अर्थनि ती संथ व टप्प्याटप्प्याने होणारी प्रक्रिया आहे. क्षणार्धात झेनचा आत्माविष्कार होऊ शकतो; परंतु त्याचे आचरण करणे हा व्यक्तिगत व दीर्घकालीन अनुभूतीचा परिणाम आहे.

झेनचे तत्त्वज्ञान मूलतः भारतीय तत्त्वज्ञानाचा परिपाक आहे. त्यातूनच ते पुढे आले आहे.

झेन या शब्दाचा खरा उगम ध्यान या शब्दातून होतो. ध्यान म्हणजे एकाग्रता व सातत्य. चिंतनाच्या क्षमतेचा पूर्ण वापर करण्याची मानसिक तयारी. अनेक भारतीय ऋषिमुनींनी मनाची ही अफाट क्षमता, त्याची अपूर्व शक्ती आणि असाधारण प्रभाव समजून घेतला. 'मनाची शक्ती' हीच मानवाची खरी शक्ती हे त्यांनी जाणले; म्हणून मनाची एकाग्रता वाढविण्यासाठी त्यांनी ध्यान व मनन या तंत्राचा पुरस्कार केला. त्यातूनच झेनच्या अभिनव व प्रभावी तत्त्वज्ञानाचा उगम झाला.

मनाची क्षमता व अंतःप्रेरणा शब्दांत व्यक्त करता येत नाही, असे झेन सूत्रे मानतात. ला ओत्सु या तत्त्वज्ञाच्या मते, "मनाला समजून घेणे, मनाला नियंत्रणात ठेवणे, हाच आत्मप्रत्ययाचा मार्ग आहे. या सूत्राचा झेन पुरस्कार करते; परंतु

त्यासाठी ठरावीकच मार्ग आहे, असे मात्र नाही. झेन तत्त्वज्ञान स्वतःला साचेबद्ध तंत्र, मंत्र, साधने व आराधनेच्या अवडंबरात बंदिस्त करत नाही तर प्रत्येकाने आपले मन व जीवनशैली विकसित करावी या सूत्राचा ते पुरस्कार करते."

झेनचे तत्त्वज्ञान जरी भारतात उदयाला आले तरी त्याची समृद्धता व परिपूर्णता याचा प्रत्यय मात्र चिनी व जपानी विचारसरणीतून व्यक्त झाला आहे.

महायान बुद्ध विचारसरणीने झेन सूत्रांचा पुरस्कार केला. त्याची मूलभूत सूत्रे विकसित केली; परंतु त्यानंतर महायान बुद्ध मताचा प्रसार पूर्वोत्तर भारत, नेपाळ व तिबेटपुरताच सीमित राहिला. तिथून या मताचा प्रसार व विकास चीनमध्ये झाला.

जीवनाचे स्वरूप व हेतू समजावून घेणे, हा झेनचा खरा अर्थ आहे. कर्मकांड, रीती, परंपरा, भाषा व तर्कशास्त्राचे अवडंबर दूर ठेवणे, हेही त्यात महत्त्वाचे आहे. चिनी संस्कृतीने झेन तत्त्वज्ञान स्वीकारले आणि त्याला अधिक उन्नत स्वरूप प्राप्त करून दिले. त्यात नवीन विचारांची, पद्धतींची रचना केली. नवीन सूत्रे अंतर्भूत केली. झेनचे तत्त्वज्ञान सर्वसामान्य चिनी माणसाला व चिनी समाजाला भावले. कारण ते सहजसाध्य, सोपे व विनासायास आचरणात आणण्यासारखे होते. झेन तत्त्वज्ञानाचा प्रसार तिथून पुढे कोरिया, जपान यांसारख्या देशांमध्ये झाला. झेन ही दक्षिण-पूर्व आशियाची खरी ओळख ठरली.

झेन तत्त्वज्ञान सोप्या व सहज आकलनीय भाषेत समजावून घेण्यासाठी काही मूलभूत सूत्रे लक्षात घेतली पाहिजेत :

- झेन तत्त्वज्ञान कोणालाही सहजसाध्य आहे व ते आत्मसात करण्यासाठी त्याच्या अध्ययनाची गरज आहे. त्यासाठी काही मंत्रतंत्र अथवा विशिष्ट धर्मग्रंथाची गरज नाही, तर मानवी मन समजून घेणे हे गरजेचे आहे.

- अंतःप्रेरणा, आत्मज्ञान, प्रज्ञा, मनोनिग्रह आणि सहजवृत्ती ही झेन तत्त्वज्ञानाची आवश्यक सूत्रे आहेत.

- दुःख आणि सुख या केवळ भावना आहेत. मनाच्या अवस्था आहेत. एक घटना जी आज आपल्याला वेदनादायक वाटते, ती दुसऱ्या क्षणाला आनंददायक वाटू शकेल.

- बौद्धमतानुसार प्रत्येक व्यक्तीच्या मनात एक 'बुद्धत्व' दडलेले आहे. प्रत्येक 'व्यक्ती' म्हणजे बोधितत्त्वाचाच आविष्कार आहे. फक्त त्या व्यक्तीला या सत्याचा आत्मपरिचय होणे गरजेचे आहे.

All beings by nature are Buddhas
As ice is by nature a water
Apart from water there is no ice
Apart from beings, no Buddhas

- Hakvin Ekabu

एकंदरीतच, जर व्यवहारात झेनची सूत्रे व तत्त्वज्ञान दैनंदिन आचरणात आणायचे असेल तर खालील साध्या सोप्या विचारांचा अवलंब करणे हादेखील एक पर्याय आहे.

- स्वतःचे मन समजून घेणे, त्याचे अंतरंग जाणून घेणे. सत्यरूपाचा अंतर्मनाचा परिचय हाच आत्मरूपाचा परिचय आहे.

- केवळ बुद्धी, तर्क आणि विचारांच्या प्रभावाने आत्मपरिचय होत नाही. त्यासाठी सत्य, मोकळेपणा आणि प्रामाणिक व निर्मळ दृष्टीची गरज आहे.

- झेन तत्त्वज्ञान कल्पना व मनोरंजनात्मक विचारांपेक्षा वास्तव आणि प्रत्यक्षाचा विचार अधिक वस्तुनिष्ठपणे करते.

- वस्तुस्थिती, घटना आणि प्रसंग जसा आहे तसा पाहण्यावर झेन तत्त्वज्ञानाचा भर असतो.

- कल्पना आणि विचारांचे विविध तरंग मनात येण्यापूर्वीची अवस्था म्हणजे 'झेन अवस्था'.

- केवळ आत्मज्ञान व आत्मपरिचय हाच झेनचा सारभूत विचार आहे.

- कोणताही धर्म, मत, पंथ, विचार अथवा तत्त्वज्ञान यांना चिकटून राहण्याचा पुरस्कार झेन करीत नाही..

- मनाला मुक्त करण्यावर, त्याला विशिष्ट विचारांच्या पगड्यापासून मुक्त करण्यावर झेन तत्त्वज्ञानाचा भर आहे.

- झेन ही आचरणयोग्य विचारशैली व वर्तनाची कला आहे.

झेन तत्त्वप्रणालीची व्यवहार्य आचरणशैली म्हणजे 'झाझेन' होय. अस्तित्व, आत्मज्ञान आणि वास्तवाची योग्य जाणीव प्राप्त करण्याची पद्धती म्हणून झाझेनचा उल्लेख करता येईल. जपानी विचारवंत आणि झेन गुरुजींनी या प्रणालीचा विकास केला. ध्यान करण्यासाठी आवश्यक पूर्वतयारी, चिंतन आणि

एका अत्यंत सेवाभावी वृत्तीने काम करणाऱ्या झेन गुरूंकडे एक श्रीमंत आसामी आली आणि त्याने विचारले, "तुम्ही लोकांना कसे काय साहाय्य करता ?"
"मी जेथे जातो तेथे लोकांना मदतीची अपेक्षा आहे, पण ते प्रश्न विचारत नाहीत. " - गुरू म्हणाले.

मनाला योग्य प्रकारे वळण देण्यासाठी झाझेन पद्धत उपयुक्त आहे.

मनाची सुदृढता व औचित्य व परिपूर्णता यासाठी झेन तत्त्वज्ञान उपयुक्त आहे. सशक्त, वस्तुनिष्ठ आणि जीवन समृद्ध करणाऱ्या विचारांची निर्मिती व्हावी यासाठी सखोल चिंतन आणि मनाची एकाग्रता हवी ती झेनच्या माध्यमातून प्राप्त होते. परिपूर्ण आणि विवेकाला आवाहन करणारा विचार प्राप्त करण्यासाठी झेन प्रणाली उपयुक्त आहे. मनाला सतत शिकण्याच्या, नवीन विचार आत्मसात करण्याच्या रचनाबद्ध तयारीसाठी झेन तत्त्वज्ञान खचितच योग्य आहे.

ताणतणाव, समस्यांची जटिलता, विविध प्रकारची आव्हाने यांमुळे मनुष्य बऱ्याचदा गोंधळून जातो. त्याला आपले जीवन असह्य होते. विचारांची दाटी त्याला कोणत्याच समस्येकडे, गोष्टीकडे पारदर्शकपणे पाहू देत नाही. मनावर जमा झालेली पूर्वग्रहांची काजळी त्याला योग्य निर्णय घेऊ देत नाही. अशा वेळी झेन तत्त्वज्ञानाची व्यावहारिक उपयुक्तता लक्षात येते.

दैनंदिन जीवनातील समस्या, आव्हाने सोडवण्यासाठी झेन तत्त्वज्ञान अत्यंत उपयुक्त आहे. ताणतणाव, संघर्ष आणि वैचारिक आव्हाने यांवर मात करण्यासाठी झेन विचार प्रभावी आहे. तणावापासून मुक्तता हवी असेल तर वर्तन स्वच्छ हवे. विविध प्रकारचे ताणतणाव, आव्हाने, जटिल विचार, दबाव यांचा अंतिम परिणाम म्हणजे मानवी मनाला येणारा थकवा. मानवी मन सहजपणे भरकटते, आपला मूळ स्वभाव सोडून देते. समूहात वागताना, कुटुंबात वावरताना, संघटनेत इतरांशी व्यवहार करताना अनेक प्रकारची व्यवधाने आणि जटिल समस्या आपल्या पुढे येतात. अशा वेळी मनाला शांत करण्यासाठी, दुःख व वेदना यांचे शमन करण्यासाठी, स्पष्ट व स्वच्छ विचार मनात यावेत आणि वैचारिक मळभ व काजळी दूर व्हावी यासाठी झेन तत्त्वज्ञान अत्यंत उपयुक्त सिद्ध होते.

आजचे जग हे ज्ञानाने परिपूर्ण आहे. ज्ञान व शहाणपण या दोन्ही गोष्टी वेगवेगळ्या पातळ्यांवर काम करतात. अत्यंत विकसित झालेल्या आजच्या जगात प्रयत्न व प्रेरणेने ज्ञानप्राप्ती सहजसाध्य होऊ शकते; परंतु शहाणपण मात्र अजूनही थोडेसे दूरच आहे. कारण ज्ञानाचा योग्य वेळी उपयोग करणे हेच शहाणपण नाही का? आणि म्हणूनच हे शहाणपण अजून दुर्मीळच आहे. झेनचे तत्त्वज्ञान हे ज्ञानप्राप्तीसाठी नाही तर विवेकी दृष्टिकोन उन्नत करण्यासाठी आहे. ज्ञान पुस्तके वाचून, दूरचित्रवाणी आणि व्याख्यानाच्या माध्यमातून प्राप्त करता येते; परंतु ज्ञान स्वतः मध्ये शून्यवतच आहे. त्याचे स्वतःचे मूल्य नाही. जेव्हा ज्ञान प्रत्यक्षात, व्यवहारात योग्य प्रकारे वापरले जाते, त्या वेळी त्याला मूल्य प्राप्त होते.

पोहायचे कसे यावरची पुस्तके वाचून चांगले पोहता येत नाही, जलतरणपटू होता येत नाही. बदलत्या परिस्थितीत वेगवेगळ्या आव्हानांना तोंड देण्यासाठी ज्ञान कसे वापरायचे, याची जाणीव होणे यात शहाणपण सामावलेले असते. तेच खरे ज्ञानाचे उपयोजन आहे.

झेनचा संदेश पुढील शब्दांत सहजपणे देता येईल—

"सहजवृत्ती स्वीकारा. एखाद्या विशिष्ट विचारांच्या किंवा संवेदनेप्रति कटिबद्ध होऊ नका. ठरावीक प्रतिसादाचे गुलाम होऊ नका. असे विचार आणि क्रिया वाऱ्याच्या झुळकीप्रमाणे येतात आणि जातात. त्यावर लक्ष केंद्रित करू नका. आपला सहज, नैसर्गिक व स्वाभाविक प्रतिसाद आणि कार्यपद्धती हीच आपली खरी ओळख आहे. तोच तुमचा आत्मपरिचय आहे."

झेन ही ज्ञानशाखा नाही, तर शहाणपण व्यवहारात सहजपणे आणायची जाणीव करून देणारे तत्त्वज्ञान आहे. झेनची शिकवण आत्मोन्नती व आत्मज्ञान करून देणारी आहे. स्वतःला स्वतःची ओळख करून देणारी, आपले कौशल्य, ज्ञान यांविषयी वास्तववादी कल्पना करून देणारे ज्ञान म्हणजे झेन. हे सहजासहजी चेतना निर्माण करणारे दैनंदिन स्वरूपाचे तत्त्वज्ञान आहे.

झेन हे व्यवहार्य जीवनाचे सूत्र सांगणारे भरीव व वास्तववादी तत्त्वज्ञान आहे. जीवनाचा दर्जा उन्नत करणारी कौशल्ये, कामगिरी व जाणीव निर्माण करणारे मुख्य सूत्र त्यात सामावले आहे. चित्रकार, कवी, धनुर्धारी, समशेरबहादूर, शिल्पकार, व्यापारी, व्यवस्थापक या सर्वांच्या दृष्टीने हे तत्त्वज्ञान नितांत उपयुक्त ठरते. कारण यातून निर्माण होणारी कार्यप्राप्तीची जाणीव, दृष्टिकोनातील

सूक्ष्मपणा आणि गोंधळ कमी करणारी अचूकता हा महत्त्वाचा भाग आहे. आपला दृष्टिकोन आपला हेतू पूर्ण करण्यावर केंद्रित असावा, यावर झेनचे तत्त्वज्ञान भर देते.

'The Book of Five Rings' या पुस्तकात झेन तत्त्वज्ञानाची व्यवस्थापकांसंदर्भात असणारी उपयुक्तता पुढील शब्दांत सांगितली आहे—

"If we ask what humanity is? become truly human."

झेन ही व्यवस्थापकांना उपयुक्त असणारी अत्यंत प्रभावी विचारप्रणाली आहे. बहुसंख्य व्यवस्थापक त्यांना स्वतःचे नेतृत्त्व करायचे आहे की इतरांचे ही एक महत्त्वाची गोष्ट विसरतात. सुप्रसिद्ध विचारवंत ड्रकर यांनी ही बाब नेमक्या शब्दांत मांडली आहे. त्यांच्या मते, झपाट्याने बदलणारे तंत्रज्ञान आणि आर्थिक परिस्थिती, पर्यावरण यांच्या दबावाखाली कार्य करणाऱ्या व्यवस्थापकाला जर खरोखरच इतरांचे नेतृत्व करायचे असेल, तर त्याच्यामध्ये अमानवीय शक्ती असली पाहिजे. आजचा खरा व्यवस्थापक स्वतःचे नेतृत्व करण्यास सक्षम असला पाहिजे, तरच तो इतरांना मार्गदर्शन करू शकेल.

सर्वच व्यक्ती एकसारख्या स्वभावाच्या प्रवृत्तीच्या आणि विचारांच्या नसतात. त्यांच्या आशाआकांक्षा, अपेक्षा आणि वृत्ती यांत विविधता असणे स्वाभाविक आहे. अशा भिन्न प्रवृत्तीच्या लोकांशी व समूहाशी कशा प्रकारे वागावे, त्यांना आपले विचार कशा प्रकारे सांगावे, हे ठरवणे अत्यंत आव्हानात्मक आहे.

योग्य संदेशवहन, संतुलित विचार, वस्तुनिष्ठ प्रतिसाद व भावनावेगांवर नियंत्रण यासाठी संतुलित मनाची गरज आहे; परंतु अत्यंत चंचल विविधांगी पैलू असणाऱ्या मानवी स्वभावावर नियंत्रण ठेवणे, त्याला सातत्याने योग्य दिशा देणे खरोखरच अवघड कार्य आहे. मानवी समस्या मनाच्या जटिलतेतून आणि उचित प्रतिसाद देण्याच्या क्षमतेच्या अभावातूनच निर्माण होतात. उत्सुकता, वैचारिक गोंधळ, विविध गोष्टींचे अनाकलनीय आकर्षण, मनाने खचून जाणे आणि अवरुद्ध होणे या गोष्टी विविध कारणाने होतातच. दुःख, वेदना, मानसिक यातना व अनेक प्रकारच्या वाईट अनुभवाने मन थकून जाते. मनुष्य पराभूत वृत्तीने जगू लागतो. त्या वेळी मनाला उभारी देण्यासाठी, नव्याने पुढे येण्यासाठी, उमेदीचे जीवन जगण्यासाठी चैतन्याची गरज असते. पारदर्शक व नितळ विचारांतूनच ही उभारी प्राप्त होते. यासाठी झेन विचारसरणी उपयुक्त आहे. मनाचा गुंता सर्वांत जटिल

कृतिशील बोधिसत्त्व

एखाद्या संस्थेचे व्यवस्थापन बोधिसत्त्वप्रणित व्यवस्थापन पद्धतीने व्हावयाचे असेल तर खालील प्रश्नांची उत्तरे प्रथम प्राप्त करा—

- माझ्या व्यवसायाचे / संस्थेचे अल्पकालीन, दीर्घकालीन उद्दिष्ट काय आहे?
- माझी संस्था कोणत्या हेतूने कार्य करते?
- मी या माध्यमातून विविध हितसंबंधियांची व समाजाची कशा प्रकारे सेवा करू शकतो?
- या संस्थेचे कार्य अधिक प्रभावी होण्यासाठी कोणत्या घटकांमध्ये, कार्यामध्ये सुधारणा होणे अपेक्षित आहे?
- माझ्या संस्थेची मूलभूत तत्त्वे व मार्गदर्शक सूत्रे कोणती? ती समाजाच्या अपेक्षा कशा प्रकारे पूर्ण करू शकतात?

असतो. त्याची कार्यपद्धती व प्रतिसाद सतत बदलत असतो आणि म्हणूनच मनावर नियंत्रण ठेवणारे, मनाला जिंकून घेणारे प्रभावी तत्त्वज्ञान व मंत्र म्हणून झेनचा उल्लेख करता येईल.

○

पर्यायी व्यवस्थापन सिद्धान्ताची गरज

व्यवस्थापनाचे शास्त्र मानवी सभ्यतेइतकेच प्राचीन आहे. मानवी विकासाच्या प्रत्येक टप्प्यात व्यवस्थापनाचा वापर करून मानवाने आपली उन्नती साधली आहे. वरवर पाहता असाध्य वाटणारी कार्य सीमित आणि मर्यादित साधनांच्या साहाय्याने साध्य करता आली ती केवळ व्यवस्थापनाच्या असाधारण क्षमतेनेच. व्यवस्थापनाचे हे श्रेष्ठत्व स्वीकारल्याशिवाय आपण प्रगतीच्या वेगवेगळ्या वाटा व त्याचे परिणाम समजून घेऊ शकत नाही. व्यवस्थापनशास्त्र केवळ विशिष्ट व्यक्ती, संस्था व समाजासाठीच आवश्यक नाही, तर त्याची सर्वकालीन उपयुक्तता आहे. ही सर्वकालीन उपयुक्तता व्यवस्थापनसूत्राच्या वैश्विकतेतून सिद्ध होते. पिरॅमिडसारखे बांधकाम ५ हजार वर्षांपूर्वी उत्तम व्यवस्थापनानेच साध्य झाले. अत्यंत सीमित साधने व मर्यादित अनुयायांच्या साहाय्याने बौद्धधर्माचा प्रचार संपूर्ण आशियात करणारा तथागत व्यवस्थापनाचा जाणकार होता, यात संशय असू नये..

व्यवस्थापन सूत्रांची केवळ आधुनिक समाजाला आवश्यकता आहे असे नाही, तर कोणत्याही स्थितिकाळातील समाजाला त्याची गरज असतेच हे सप्रमाण सिद्ध करता येते. बहुसंख्य देशांच्या अविकसिततेचे मूळ कारण अव्यवस्थापनातच सापडेल. साध्य-साधने, तंत्र आणि पद्धती यांच्याविषयी अनभिज्ञता आणि अज्ञान हेच अव्यवस्थापनाचे खरे कारण आहे. साधनबहुलता असणारे समाज विकसित असतातच असे नाही आणि मर्यादित साधने असणाऱ्या समाजाला विकासाचा मार्ग सापडत नाही असेही नाही. या दोन्ही परिस्थितीत

एकदा तथागताकडे एक मनुष्य आला व म्हणाला, "मला आत्मोन्नतीचा मार्ग जाणून घ्यायचा आहे; परंतु त्या अगोदर आत्मोन्नतीची गरज काय, हे मला समजून घ्यायचे आहे."

तथागत हसून म्हणाले, "एकदा एका माणसाला एक विषारी बाण लागला. वेदनेने कण्हतच तो वैद्याकडे गेला आणि म्हणाला, "मला औषध हवे; परंतु त्या पूर्वी मला बाण कोणी मारला त्याचे चरित्र जाणून घ्यावयाचे आहे."

वैद्य म्हणाले, "ते सर्व शोधून काढेपर्यंत बहुधा तुझा मृत्यू झाला असेल." खरे तर औषध वेळेवर घेतले तर तुला त्या प्रश्नाचे उत्तर जाणून घेण्याची गरज भासणार नाही."

त्या मनुष्याने मग तथागताचा उपदेश समजून घेतला.

विकासाचा मार्ग व्यवस्थापनातच दडलेला आहे. त्यामुळे व्यवस्थापनाची आवश्यकता एक शास्त्र व विचारधारा म्हणून आहे. प्रत्येक समाजाने त्याच्या प्रगतीची अवस्था, साधन उपलब्धता व विकासाचे तत्त्वज्ञान लक्षात घेऊन स्वतःची व्यवस्थापनाची पद्धती विकसित करणे आवश्यक ठरते. हे व्यवस्थापनाचे महत्त्वाचे सूत्र आहे. सर्व समाजातील समस्या व्यवस्थापनाच्या एकाच पद्धतीने सोडवता येणार नाही; म्हणूनच समाजानुरूप व्यवस्थापनाचे तत्त्वज्ञान विकसित करणे आवश्यक ठरते. पौर्वात्य व पाश्चिमात्य समाजातील तात्त्विक, वैचारिक आणि कार्यात्मक भिन्नता लक्षात घेता या दोन्ही समाजांना एकसारख्या व्यवस्थापनविचारांची आवश्यकता आहे, असे मानता येणार नाही. तर या समाजातील व्यक्ती, संस्था आणि सांस्कृतिक घटकांचा विचार करून उचित व्यवस्थापन पद्धतीचा विकास करणे आवश्यक ठरेल.

आशिया खंडातील बहुसंख्य देशांवर कर्मविपाक सिद्धान्ताचा प्रभाव आढळून येतो. अशा समाजात उचित व श्रेष्ठतम कार्य करण्याची प्रेरणा रुजवायची असेल तर त्यासाठी पौर्वात्य व पाश्चिमात्य तत्त्वज्ञानाचा आधार घेणे आवश्यक ठरेल; म्हणूनच एका पर्यायी व स्वतंत्र व्यवस्थापन तत्त्वज्ञानाची आवश्यकता आहे.

मानवी सुखाचा शोध हा एक न संपणारा प्रवास आहे. मानवाला सुख कसे प्राप्त होते, याचे निश्चित आकलन आजही झालेले नाही. बहुसंख्य मानवी

समस्या या मुख्यत्वेकरून सुखाचा मार्ग आणि दुःखाचे कारण यांचे मूळ शोधण्याशी निगडित आहेत. सत्य जाणून घेण्याची जिज्ञासा आदिकाळापासून कदाचित मनुष्यजात अस्तित्वात येण्याआधीपासून सुरू आहे व ती कायम राहील असे जाणवते. सत्याएवढे उत्तम मूल्य इतर कोणतेही नाही. इतर कोणत्याही तत्त्वापेक्षा, तत्त्वज्ञानापेक्षा सत्य आणि सत्याचे तत्त्व अत्याधिक महत्त्वाचे व श्रेष्ठतम आहे. कारण सत्य हेच इतर सर्व तत्त्वांचे मूलभूत आहे.

सत्य आणि सुख यांचा परस्परांशी जवळचा संबंध आहे. सुखाची संकल्पना व्यक्ती, समाज, स्थळ, काळ, देश यांनुसार बदलत जाते. त्यामुळे जोपर्यंत सुख व समाधान यांविषयीच्या कल्पना स्पष्ट होत नाहीत; तोपर्यंत आपल्याला सत्याचा व्यापक व खरा अर्थही लक्षात येणार नाही. व्यवस्थापनाचा हेतू काय, या प्रश्नाचे उत्तर पाश्चिमात्य व्यवस्थापनतज्ज्ञांनी 'अंतिम ठरावीक उद्दिष्टांची प्राप्ती' असे दिले आहे; परंतु ही ठरावीक उद्दिष्टे अपेक्षित सुख व समाधान प्रदान करतात किंवा नाही, याची जोपर्यंत खात्री पटत नाही, तोपर्यंत व्यवस्थापनाचा खरा उद्देश आपल्या लक्षात येऊ शकत नाही. व्यवस्थापनशास्त्राप्रमाणेच व्यवस्थापनाचे तत्त्वज्ञानही हळूहळू विकसित होत गेले आणि विकासाच्या या प्रक्रियेत व्यवस्थापनाला एक तात्त्विक बैठकदेखील प्राप्त झाली. जोपर्यंत व्यवस्थापनाला ही तात्त्विक बैठक प्राप्त झाली नव्हती, तोपर्यंत व्यवस्थापनाला शास्त्र म्हणून मान्यता प्राप्त झाली नव्हती. परिणामतः, व्यवस्थापनशास्त्राची व्यापकता व उपयुक्तता, श्रेष्ठत्व आणि तात्त्विक शास्त्रीयता या गोष्टी सिद्ध होऊ शकल्या नाही. कोणत्याही विचाराला शास्त्रीयत्व प्राप्त करावयाचे असेल तर त्याला काही निश्चित शास्त्रीय कसोट्यांवर विशिष्ट विचारांची सिद्धता, उपयुक्तता, वैश्विकता व सार्वत्रिकता सिद्ध करता आली पाहिजे.

वैश्विकता व उपयुक्तता यांतूनच व्यवस्थापन सिद्धान्ताला शास्त्रीयता प्राप्त होऊ शकते. व्यवस्थापनाचे सिद्धान्त, प्रयोग उपयुक्तता, व्यावहारिक चाचणी आणि अपेक्षित परिणामांची प्राप्ती यांतूनच सिद्ध होतात; म्हणूनच व्यवस्थापनाला शास्त्रीय संकल्पनेचे स्वरूप प्राप्त होण्याकरिता काही ठरावीक तत्त्वांच्या आधारावर आणि सूत्रांच्या साहाय्याने आपल्या सिद्धान्ताची उपयुक्तता व शास्त्रीयता सिद्ध केली पाहिजे.

व्यवस्थापन हे नव्या युगातील एक महत्त्वाचे शास्त्र आहे. शास्त्र म्हणून व्यवस्थापनाचे श्रेष्ठत्व सिद्ध होण्याकरिता विविध गोष्टींची आवश्यकता आहे, त्यांचे थोडे विवेचन येथे करणे उचित होईल.

शास्त्रीयता

व्यवस्थापनाची सूत्रे शास्त्रशुद्ध व वैज्ञानिक निकषांवर सिद्ध झाली पाहिजेत. त्यासाठी त्यांची सत्यता, प्रमाणसिद्धता, व्यक्तिनिरपेक्ष उपयुक्तता आणि विशिष्ट शास्त्रीय पद्धतीने अंमलबजावणी या निकषांवर ते खरे उतरले पाहिजे. इतर कोणत्याही वर्तनशास्त्राप्रमाणे व्यवस्थापनशास्त्रालाही प्रयोग - निरीक्षणे समानसूत्रता वैश्विक - उपयुक्तता आणि त्रिकालाबाधित सत्यता ही सूत्रे लागू होतात. जोपर्यंत व्यवस्थापनशास्त्राची सूत्रे अशा प्रकारे आपली सत्यता व उपयुक्तता शास्त्रीय सिद्ध करत नाहीत, तोपर्यंत त्याला शास्त्राचे स्वरूप प्राप्त होत नाही. या दृष्टिकोनातून सत्याच्या कसोट्यांवर व्यवस्थापन सूत्रांनी आपले श्रेष्ठत्व व सत्यता सिद्ध करणे आवश्यक ठरते. सत्याची ही कसोटी शास्त्राच्या दृष्टीने अत्यंत महत्त्वाची आहे. या संदर्भांत बौद्ध साहित्यात सत्य ही संकल्पना एका विशिष्ट हेतूने वापरल्याचे आढळते.

व्यवस्थापनशास्त्राची सूत्रे सत्याच्या या कसोटीवर उतरतात काय? या प्रश्नाचे उत्तर होकारार्थी द्यावे लागेल. नेतृत्व, निर्णय, नियंत्रण, नियोजन, समन्वय, निर्देश यांसारखी व्यवस्थापकीय कार्ये कशा प्रकारे औचित्यपूर्ण पद्धतीने करता येतील, याकरिता मांडलेली सूत्रे एका विशिष्ट सत्यावर आधारित आहेत आणि त्यांची सत्यता पडताळून पाहणेदेखील शक्य आहे. सत्य म्हणजे केवळ 'एकच सूत्र' किंवा 'एकच पद्धत' उपयुक्त आहे, असे सांगणे नव्हे तर प्राप्त परिस्थितीत ठरावीक पद्धत व सूत्रे उपयुक्त आहेत, हे सिद्ध करणे होय.

वस्तुनिष्ठता

वस्तुनिष्ठता ही शास्त्राची दुसरी कसोटी मानली पाहिजे. एखाद्या शास्त्रातील सूत्रे, विचार आणि सिद्धान्त जेव्हा विवेकाच्या कसोटीवर तपासता येतात तेव्हा ते शास्त्र वस्तुनिष्ठता ही कसोटी पूर्ण करते. वस्तुनिष्ठता ही शास्त्राची महत्त्वाची चाचणी आहे. केवळ एखादी व्यक्ती एखादे सूत्र सांगते म्हणून ते सत्य आहे, श्रेष्ठ आहे, असे मानणे योग्य नाही. सत्याचा व्यक्तीशी संबंध नाही. वस्तुनिष्ठतेबाबत तथागतांनी मांडलेला विचार येथे नमूद करणे योग्य होईल.

व्यवस्थापनाची सर्व सूत्रे सत्याच्या या कसोटीवर खचितच उतरतात; परंतु व्यवस्थापनाची सूत्रे वर्तनशास्त्राच्या इतर कोणत्याही सूत्राप्रमाणे सापेक्ष आहेत. त्याला परिस्थिती, स्थळ, काळ, व्यक्ती इत्यादींची मर्यादा आहे आणि म्हणून

'केवळ तेच सत्य आहे व इतर सर्व असत्य आहे, असा आग्रह धरणे अयोग्य आहे,' हा बुद्धांचा संदेश सत्यतेच्या सूत्रांच्या संदर्भात विशेष महत्त्वाचा आहे.

उपयुक्तता

व्यवस्थापनशास्त्राची तिसरी महत्त्वाची कसोटी म्हणजे उपयुक्तता होय. आपल्या कार्यपद्धती, तत्त्वे, सूत्रे आणि ज्या उद्दिष्टांच्या पूर्तीसाठी ही सूत्रे वापरावयाची आहेत, त्या उद्दिष्टांच्या सिद्धतेच्या माध्यमातून शास्त्राने ही उपयुक्तता सिद्ध केली पाहिजे. ज्या वेळी व्यवस्थापनाची सूत्रे एखाद्या उद्दिष्टाच्या पूर्तीसाठी आपण आचरणात आणता, त्या वेळी जर त्या सूत्रांच्या प्रभावी व परिपूर्ण अंमलबजावणीतून ते उद्दिष्ट साध्य होत नसेल, तर ती सूत्रे उपयुक्ततेच्या कसोटीवर सिद्ध होणार नाहीत. उपयुक्तता म्हणजे केवळ अपेक्षित कार्यपूर्ती नाही तर उपयुक्ततेला अनेक कार्यसंदर्भ आहेत. कारण कार्याचा उद्देश कितीही चांगला असला तरी ते कार्य योग्य पद्धतीने केले नसेल, तर त्या कार्याचे अंतिम फळ औचित्याला धरून राहत नाही. परिणामतः, उपयुक्ततेच्या निकषांवर ते सिद्ध होणार नाही.

उपयुक्तता ही जर व्यवस्थापनशास्त्राच्या उद्दिष्टांची कसोटी असेल तर व्यक्ती व संस्थांच्या कार्याची पूर्तता योग्य प्रकारे करणारी सूत्रे ही व्यवस्थापनाची महत्त्वपूर्ण सूत्रे मानली पाहिजेत. व्यवस्थापनाला शास्त्राचा दर्जा हीच सूत्रे प्राप्त करून देऊ शकतात. व्यवस्थापनशास्त्राची सामाजिक, राष्ट्रीय, व्यावसायिक उपयुक्तता सिद्ध करण्यासाठी ही सूत्रे अत्यंत उपयुक्त आहेत. उपयुक्ततेची कसोटी व्यवस्थापनासारख्या उपयोजित शास्त्रासाठी विशेष महत्त्वाची आहे. व्यवस्थापन कशासाठी याचे अंतिम उत्तर ठरावीक उद्दिष्टांच्या पूर्तीसाठीच आहे, असेच आहे आणि म्हणून व्यवस्थापनाचा हेतू उपयोजिततेच्या कसोटीवर सिद्ध होऊ शकतो.

禪

- झेन विचार

कार्यकारणभाव

एखादे सूत्र ठरावीक पद्धतीने यशस्वी झाले, एखादी समस्या विशिष्ट पद्धतीने सुटली म्हणजे तिला शास्त्रीय स्वरूप प्राप्त होते असे नाही, तर त्या समस्यांचे समाधान करणारी सूत्रे विशिष्ट शास्त्रीय कसोट्यांवर उतरली पाहिजेत. जर एखादे सूत्र विचार, विवेचन, प्रयोग, सत्य-असत्याची पडताळणी, वैश्विकता या कसोट्यांवर अपयशी ठरले, तर त्याच्या शास्त्रीयत्वाला बाधा निर्माण होते. शास्त्रीयत्व सिद्ध करण्यासाठी कार्यकारणभावाचा विचार करणे महत्त्वाचे आहे. बोधिसत्त्वांनी कार्यकारणभाव हे व्यक्तीच्या विवेकवादाचे खरे लक्षण मानले आहे.

वैश्विकता

एखाद्या विचाराला शास्त्रीयता प्राप्त व्हायची असेल तर त्याची वैश्विकता सिद्ध झाली पाहिजे. जोपर्यंत एखादे सूत्र केवळ एखाद्या काळात, विशिष्ट व्यक्तिसमूहासाठी उपयुक्त सिद्ध होत नाही, तोपर्यंत त्याला वैश्विकतेच्या कसोटीवर प्रमाण मानता येणार नाही. वैश्विकतेची कसोटी शास्त्राला आधार, उपयुक्तता आणि विशालत्व प्राप्त करून देते. सर्वांच्या हिताचे, सुखाचे आणि समाधानासाठी उपयुक्त असण्याच्या दृष्टीने व्यवस्थापनशास्त्राला जोपर्यंत व्यापकता प्राप्त होणार नाही, तोपर्यंत त्याच्या सूत्राला वैश्विकता येणार नाही. ही वैश्विकता अनुभूती, उपयुक्तता, प्रामाण्य आणि कालसुसंगतता या कसोट्यांवर प्राप्त करता येते. एखादे सूत्र कालसुसंगत व उपयुक्त आहे हे सिद्ध होते तेव्हाच त्याला वैश्विक सूत्र म्हणून मान्यता प्राप्त होते.

禅

विचारांची प्रगल्भता हाच खरा अमूल्य ठेवा आहे. जर तुमचा सखा सोबती सहकारी वा मित्र, शहाणा, विवेकी व वैचारिकदृष्ट्या प्रगल्भ असेल तर त्याच्या सोबतचा काळ म्हणजे आनंद आणि अमूल्य अनुभव प्राप्त करण्याची बाब आहे. ही अनुभूती दुसऱ्या कोणत्याही माध्यमातून प्राप्त होत नाही. जर असा गुणवान साथीदार नसेल तर एकांतच योग्य मानावा.

(त्रिपीटक)

या दृष्टिकोनातून व्यवस्थापन विचारांचे शास्त्रीयत्व आज सिद्ध झाले आहे. त्याला शास्त्राचा दर्जा (Management Science) प्राप्त झाला आहे. जगातील सर्व संस्था; मग त्या लाभार्जनासाठी असोत वा नसोत, लहान असोत किंवा मोठ्या असोत, त्यांना व्यवस्थापनशास्त्रातील सूत्रांची आवश्यकता आहे. त्यांचे महत्त्व त्यांना पटलेले आहे आणि म्हणूनच व्यवस्थापन विचारांचे वैश्विक स्वरूप आज अधोरेखित झाले आहे.

नैतिकता

शास्त्रीय विचार व नैतिकता यांतील संबंध सापेक्ष स्वरूपाचा आहे. नैतिकतेची संकल्पना कालसापेक्ष आहे आणि विज्ञानाच्या सर्वच विचारांना एका विशिष्ट काळातील नैतिकतेच्या सूत्रांनी बंदिस्त करणे शक्य नाही. कारण काळाबरोबर जर नैतिकता बदलणार असेल तर शास्त्रांनाही तो बदल स्वीकारावा लागतो, कारण शास्त्र हे नैतिकतासापेक्ष आहे. शास्त्राचे विचार हे विवेक व सत्याशी संबंधित आहेत.

व्यवस्थापनाचे शास्त्र मानवी वर्तनाशी संबंधित असल्यामुळे त्याला नैतिकतेची चौकट मान्य करणे आवश्यक आहे. अर्थात, या संदर्भात नैतिकतेची परिभाषा परंपरागत पद्धतीने करता येणार नाही. तसेच व्यावसायिक व तात्त्विक नैतिकता यांतील भेद लक्षात घेतला पाहिजे व हा भेद लक्षात घेऊनच व्यवस्थापन सूत्रांची निर्मिती केली पाहिजे. या संदर्भात बाबासाहेबांनी नीतिमत्ता या शब्दाचा संबंध 'कुशल कर्माशी' जोडला आहे. त्यांनी बुद्धाच्या धम्माचा संदर्भ देताना पुढील सूत्रे मार्गदर्शक म्हणून मांडली आहेत :

> *माणूस येतो आणि माणूस जातो. परंतु विश्वाची नैतिक व्यवस्था मात्र विद्यमान असतेच. तद्वतच कर्माचा नियमही विद्यमान असतोच. हाच नियम या नैतिक व्यवस्थेचा आधार आहे.*

नॉन्सी स्पिअर्स यांनी बोधिसत्त्वाच्या तत्त्वप्रणालीवर आधारित पर्यायी व्यवस्थापनाची गरज पुढील आठ निकषांवर औचित्यपूर्ण मानली आहे.

<table>
<tr><td colspan="2" align="center">साहित्य संवर्धन व संरक्षण</td></tr>
<tr><td align="center">निकष</td><td align="center">परिणाम</td></tr>
<tr><td>

- योग्य दृष्टिकोन
- योग्य हेतू वा उद्देश
- योग्य संदेशवहन
- योग्य संदेशवहन
- योग्य कृती
- उत्तम जीवनमान पद्धती
- उदात्त मानसिकता
- संपूर्ण एकाग्रता

</td><td>

- औचित्यपूर्ण दृष्टी
- समयोचित ध्येय
- सर्वसमावेशक प्रचारक
- सर्वहितकारी विचार
- सर्वांना लाभदायक कार्यक्रम
- सर्व संबंधितांचे हितसंरक्षण
- व्यवसाय व समाजाचे दीर्घकालीन हित साधणे
- ध्येय धोरणे व कार्यक्रम यांचे परिपूर्ण आकलन करणारी वृत्ती

</td></tr>
</table>

व्यवस्थापनशास्त्राचा उद्देश

परंपरागत विचारातून व्यवस्थापनशास्त्राचा उद्देश हा संस्थेच्या हिताचे रक्षण व विशिष्ट हितांची पूर्तता या प्रकारे परिभाषित करण्यात आला आहे; परंतु ही परिभाषा करताना व्यवस्थापनाच्या उद्दिष्टांचा भर मुख्यत्वेकरून संस्थेचे हितरक्षण, घटकांचे हितरक्षण असाच मानला आहे. ज्या वेळी आपण अशा प्रकारे हितरक्षणाच्या संकल्पनेला सीमित करीत जातो, त्याबरोबरच आपण विभाजन आणि विभेदाची प्रक्रिया सुरू करतो. कोण्या एकाचे हित व हितरक्षण म्हणजे दुसऱ्याचे अहित, असा एक विचार त्यातून प्रबळ होत जातो. त्या वेळी आपण असमानतेला आणि शोषणाला जन्म देतो. हितरक्षणाची कल्पना स्वार्थाशी जोडली की व्यवस्थापनाची संकल्पना संकुचित होत जाते. व्यापक हित व सार्वत्रिक स्वरूपाचे हितरक्षण हा जोपर्यंत व्यवस्थापनाचा उद्देश होत नाही, तोपर्यंत व्यवस्थापनाचे खरे उद्दिष्ट साध्य होत नाहीत. व्यवस्थापनाचे खरे उद्दिष्ट सर्वांचे कल्याण असे असले पाहिजे. व्यवस्थापनाचे उद्देश संकुचित केले तर तात्कालिक लाभ प्राप्त होऊ शकतो; परंतु कायम व दीर्घकालीन स्वरूपाचे हित मात्र प्राप्त होऊ शकत नाही. या संदर्भात तथागतांनी व्यवस्थेला नैतिकतेचे अधिष्ठान असले पाहिजे असा संदेश दिला आहे. दुसऱ्या शब्दांत 'धम्म म्हणजे नैतिकता आणि नैतिकता म्हणजे धम्म,' असे सांगता येईल.

समान आदर्श, समान प्रारूप आणि समान प्रमाणकांच्या अनुपस्थितीत समाजात सामंजस्य एकरूपता आणि सर्व समाज एकसंध आहे, ही भावना असू शकत नाही.

- अशी विविध प्रारूपे, आदर्श आणि प्रमाणके असलेल्या समाजात माणसाला चित्ताची सुसंगतता आणि अविरोधी भावना उत्पन्न करणे शक्यच होत नाही.

- न्याय, विवेक आणि अनुपातिक लाभांचा विचार बाजूला सारून जो समाज एका वर्गावर दुसऱ्याचे श्रेष्ठत्व मान्य करतो, स्तरीकृत श्रेष्ठता आणि कनिष्ठता हा ज्या समाजाचा आधार आहे, त्या समाजात संघर्ष अटळ आहे.

- हा संघर्ष समाप्त करण्याचा एकमेव मार्ग म्हणजे समाजात सर्वांना समान असे नैतिकतेचे नियम असणे, त्यांची स्थापना करणे हा होय आणि हे नियम पवित्र असले पाहिजेत. सर्वांनी त्यांचे पावित्र्य मान्य केले पाहिजे.

परंपरागत व्यवस्थापनशास्त्र, व्यवस्थापनाचा हेतू हा विशिष्ट उद्दिष्टांच्या पूर्तीपर्यंतच सीमित ठेवतो. दुसऱ्या शब्दांत, उद्दिष्ट साध्य झाले म्हणजे व्यवस्थापनाचा हेतू पूर्ण झाला, अशी धारणा व्यवस्थापनाच्या परंपरागत शास्त्रात मान्य करण्यात आली आहे; परंतु उद्दिष्टपूर्ती (goal achievement) हे व्यवस्थापनाचे अंतिम उद्दिष्ट असू शकत नाही तर त्या पलीकडे जाऊन (deriving benefit for maximum good of maximum number) म्हणजेच अधिकांचे अधिकतम हित करणे, लाभ प्राप्त करणे हेच व्यवस्थापनाचे अंतिम उद्दिष्ट असले पाहिजे. या दृष्टिकोनातून विचार केल्यास व्यवस्थापनाच्या ध्येयाची व्यापक स्वरूपात पुनर्रचना करणे आवश्यक ठरते. ही पुनर्रचना करताना व्यवस्थापनशास्त्राचे हेतू समजून घेतले पाहिजेत. सामान्यपणे व्यवस्थापनाचा हेतू ठरावीक संस्था, व्यक्ती, घटक यांच्या संदर्भात परिभाषित केला जातो. परिणामतः, त्यात निहित स्वार्थ (perceived self interest) आणि त्यातील संरक्षण यांकरिता प्रयत्न करणे म्हणजे व्यवस्थापन, असा त्याचा मर्यादित अर्थ होतो. या प्रकारे व्यवस्थापनाचा अर्थ सीमित व मर्यादित केल्यामुळे व्यवस्थापनाच्या कार्याकडे खंडित दृष्टिकोनातून (segmented approach) पाहिले जाते. माझे व माझ्या संस्थेचे उद्दिष्ट साध्य झाले म्हणजे व्यवस्थापनाचा उदेश साध्य झाला अशी भावना त्यातून निर्माण होते. खरे तर 'व्यवस्थापन' अशा संकुचित उदेशाने केले जात नाही.

महान गणितज्ञ आणि तत्त्वज्ञ आल्फ्रेड व्हाइटहेड यांच्या शब्दांत,
"ज्या समाजात व्यवस्थापन आणि व्यवस्थापकीय नेतृत्व आपल्या कार्याप्रति जागृत आहे असा समाज उन्नतीकडे वाटचाल करतो. जर व्यवस्थापकांना समाजाच्या नेमक्या समस्यांची जाणीव असेल आणि त्यांच्या समाधानासाठी ते सकारात्मक योगदान करीत असतील, जीवनमानाचा दर्जा व नीतिमत्ता यांच्या उन्नतीसाठी प्रयास करत असतील तर व्यवसायाचा प्रवास श्रेष्ठत्वाच्या दिशेने सुरू झाला आहे, असे मानता येईल."

व्यवस्थापन हे आर्थिक हिताशी व व्यवसायाशी संबंधित आहे हा व्यवस्थापनाबाबतचा दुसरा गैरसमज प्रामुख्याने उद्दिष्टसिद्धता (Goal Orientation) या संकल्पनेचा संकुचित वापर केल्यामुळे होतो. केवळ व्यावसायिक संस्थाच उद्दिष्टगामी असतात, असा अपसमज त्यातून निर्माण होतो. वस्तुतः समाजातील प्रत्येक घटकाला उद्दिष्ट सिद्धतेची गरज असते. उद्दिष्ट साध्य करण्याची ही व्यापक बाजू समजून घेणे म्हणजे व्यवस्थापनाची वैश्विकता समजून घेणे. व्यवस्थापन समाजाच्या सर्वच घटकांना आवश्यक आहे. जर व्यवस्थापन हे व्यापक स्वरूपात समाज व सर्वच संस्थांसाठी आवश्यक आहे तर व्यवस्थापनाच्या उपयुक्ततेचे संदर्भ प्रस्थापित झाले पाहिजेत. या दृष्टिकोनातून व्यवस्थापनाची परिभाषा अधिक व्यापक स्वरूपात केली पाहिजे. व्यवस्थापनाचा हेतू 'सर्वांचे सर्वकल्याण' अशा प्रकारे प्रस्थापित केला तरच त्याची सार्वकालिकता व सर्वतोपरी उपयुक्तता प्रस्थापित होईल.

श्रेष्ठ संस्कृतीची निर्मिती कशी होते?

सर्वश्रेष्ठ सांस्कृतिक विकल्पाचे खरे निर्देशांक कोणते? भांडवलनिर्मिती, रोजगार निर्मिती, दरडोई उत्पन्न, सकल राष्ट्रीय उत्पन्न किंवा जीवनमानाचा दर्जा. खरे पाहिले तर वरील घटक एका यशस्वी संस्कृतीचा परिचय करून देणारे आहेत; परंतु त्यातून महान संस्कृती मात्र निर्माण होत नाही. श्रेष्ठ संस्कृती निर्मितीकरिता आवश्यक असणारे घटक वेगळेच असतात. त्यात नीतिमत्तेची चाड बाळगणारा समाज, मानवीय दृष्टिकोन, मानवांप्रति समाजाचा व समाजाप्रति मानवाचा दृष्टिकोन, नावीन्य, श्रेष्ठत्व व मुक्त समाजाच्या विकासासाठी होणारे प्रभाव यांचा त्यात समावेश होते. सर्वांत महत्त्वाचे म्हणजे प्रामाणिकपणा, पारदर्शकता,

इतरांच्या विकासात योगदान देण्याची तत्परता व सहिष्णुता हीच श्रेष्ठ संस्कृतीची ओळख आहे.

आपल्या समाजापुढील काही महत्त्वाच्या समस्या व आव्हाने स्वीकारणे हे व्यवस्थापनाचे खरे कार्य आहे. उदाहरणार्थ, असमान वितरणाची समस्या, संसाधने, सामग्री यांचे प्रभावी नियोजन हे जसे व्यवस्थापनाचे कार्य आहे. तसेच त्यांचे उचित वितरण हेदेखील व्यवस्थापनाचे एक महत्त्वाचे कार्य मानले पाहिजे; परंतु सद्य:स्थितीत व्यवस्थापनाचे खरे कार्य हे केवळ संसाधनाचा कार्यक्षम विनियोग इतकेच सीमित मानले जाते. असमान वितरणाची ही समस्या व्यवस्थापनापुढील खरे आव्हान आहे. जोपर्यंत वितरणाच्या उचित विनियोगाकडे आपण आव्हानात्मक दृष्टीने पाहत नाही, तोपर्यंत व्यवस्थापनाचा हेतू साध्य झाला, असे मानता येणार नाही. असमानता व त्याचे दुष्परिणाम हेच व्यवस्थापनापुढील खरे आव्हान आहे. असमानतेला आणि असमान विचाराला समाजातून दूर करणे, हेच व्यवस्थापनाचे खरे कार्य मानले पाहिजे. यासाठी माणसामाणसांमधील समानतेच्या भावनेची अभिवृद्धी करणे, हेच व्यवस्थापनाचे खरे कार्य आहे. पर्यायी व्यवस्थापनाचा दृष्टिकोन समाजातील असमानता दूर करण्यालाच सर्वाधिक प्राधान्य देतो. जीवनसंघर्षात जो टिकून राहण्यास समर्थ आहे, तोच समाजाच्या दृष्टीनेही श्रेष्ठतम आहे काय ?

■ याचे कोणीही सकारात्मक उत्तर देऊ शकणार नाही.

■ समाजाला श्रेष्ठतम हवे आहे. समर्थतम नको.

म्हणून याच प्राथमिक कारणास्तव धम्म समानतेचा समर्थक आहे, धम्म समानतेचा पुकार करतो. अनावश्यक गोष्टींचा मोह ठेवून चालत नाही. कार्यपूर्तीनंतर ती साधने तिथेच सोडून द्यायची असतात. त्यांच्या मोहात पडणे म्हणजे आसक्त होणे होय. ती मनाची अयोग्य अवस्था आहे.

एका भिक्खूकडे एकदा एक मनुष्य आला आणि म्हणाला, मला अनासक्तीमधील आनंद म्हणजे काय, हे समजावून सांगा.

भिक्खूने त्याला नदीच्या किनाऱ्यावर नेले. तेथे एक तराफा होता. तो म्हणाला, "या तराफ्याच्या साहाय्याने आपण पुढील किनाऱ्यापर्यंत जाऊ व तिथून मग समोरच्या

विहारात जाऊ. तिथे तुला मी अनासक्तीमधील आनंद म्हणजे काय? हे सांगेन."

ती व्यक्ती व भिख्खू तराफ्यात बसले आणि नाव पुढच्या किनाऱ्यापर्यंत पोहोचली, नाव पोहोचताच भिख्खू व ती व्यक्ती नावेतून उतरले. भिख्खूने त्याला तराफा सोबत घ्यायला सांगितले. त्यावर ती व्यक्ती म्हणाली, "आता याचे काम काय? आपण किनाऱ्यावर पोहोचलो आहोत."

"हाच अनासक्तीमधील आनंद आहे. आपण किनाऱ्यावर पोहोचलो की तराफा सोडून देतो, सोबत घेत नाही. कार्यसिद्धी होण्यासाठी उपलब्ध असणारी साधने पण तशीच असतात."

व्यवस्थापनाच्या दायित्वाविषयी बुद्धांचे सिद्धान्त

व्यवस्थापनाचे दायित्व काय असावे व कोणत्या स्वरूपाचे असावे, याविषयी पाश्चिमात्य विचारवंतांपेक्षा वेगळी भूमिका बुद्धांनी घेतली आहे. याचे कारण असे की, व्यवस्थापनाचे महत्त्व विषद करताना कोणत्या घटकांना प्राधान्य द्यायचे याविषयी असणारा त्यांचा भिन्न दृष्टिकोन. आधुनिक विचारांनी व्यवस्थापनाच्या उद्दिष्टांना व्यापक स्वरूप प्राप्त करून दिले आहे. त्यात समाजाप्रती असणाऱ्या कर्तृत्वाच्या भूमिकेला विशेष महत्त्व देण्यात आले आहे. समाजाच्या हितातच व्यवसायाचे हित सामावलेले आहे, हा दृष्टिकोन नव्यानेच आधुनिक व्यवस्थापनात समाविष्ट झाला आहे. समाजातील प्रत्येक व्यवस्था इतर व्यवस्थेवर अवलंबून आहे आणि एकात्मिक दृष्टिकोनातून जर आपण विचार केला नाही तर सामुदायिक हिताची भावना साध्य होणार नाही. जोपर्यंत सामुदायिक हिताच्या या भावनेला प्राधान्य देऊन व्यवसाय कार्यरत होत नाही, तोपर्यंत त्याचे कार्य सीमित स्वरूपातच सिद्ध झालेले असेल. समाजस्वरूपाची व्यापकता आणि त्याचे अर्थरूप लक्षात घेऊन कार्य करणाऱ्या यंत्रणा यशस्वी होतात. समाजाला स्थैर्य व समृद्धी प्राप्त करून देतात. ही व्यापक व्यवस्था योग्य पद्धतीने प्रस्थापित करणे, तिचे उचित पद्धतीने नियमन व नियंत्रण करणे, हाच कर्म नियमांचा सिद्धान्त आहे. या संदर्भात बुद्धाने केलेला उपदेश लक्षात घेण्यासारखा आहे.

जो मूर्ख स्वतःला मूर्ख समजतो आणि आपल्या अज्ञानाची त्याला जाणीव आहे तो स्वतःला शहाणा व विद्वान समजणाऱ्या मूर्खपिक्षा अधिक विवेकी आहे.

(जातक कथा)

- कर्म नियमांचा सिद्धान्त प्रतिपादित करून बुद्धाला असे सांगायचे होते, की त्यांचा परिणाम कर्मापाठोपाठ होणे अपरिहार्य आहे. ज्याप्रमाणे दिवसामागून रात्र येते, त्याचप्रमाणे कर्मापाठोपाठ कर्माचा परिणाम येतो. हाच कायदा आहे, हाच नियम आहे.

- कुशल कर्माच्या कुशल परिणामापासून कोणीही वंचित राहू शकत नाही आणि अकुशल कर्माच्या अकुशल परिणामापासून कोणाचीही सुटका नाही.

- म्हणून बुद्धांचा उपदेश असा आहे, की कुशल कर्म करा. त्यामुळे मानवजातीला कुशल नैतिक व्यवस्थेचे लाभ प्राप्त होतील. ही नैतिक व्यवस्था कुशल कर्माचा परिणाम म्हणून अस्तित्वात येईल. अकुशल कर्म करू नका. कारण मानवजातीची अकुशल व्यवस्थेने हानी होईल.

- कर्म सिद्धान्ताचा असा अर्थ नाही, की कर्म करणाऱ्यालाच कर्माचे फळ भोगावे लागेल. बऱ्याचदा एकाच्या कर्माचे फळ दुसऱ्यालाही भोगावे लागते. हा सर्व कर्म नियमांचाच परिणाम होय. कारण कर्मानेच नैतिक व्यवस्था कुशल अथवा अकुशल रूपाने प्रभावित होते.

- माणूस जन्माला येतो आणि माणूस मरतो; परंतु विश्वाची नैतिक व्यवस्था मात्र विद्यमान असतेच, तद्वतच कर्माचे नियमही विद्यमान असतात. हाच नियम या नैतिक व्यवस्थेचा आधार आहे..

- विश्वात काही नैतिक व्यवस्था विद्यमान आहे, ती कशी नियंत्रित आणि नियमित आहे, या प्रश्नाला बुद्धांचे उत्तर साधे-सरळ पण वादातीत आहे. बुद्धाच्या कर्मसिद्धान्ताचे हेच प्रयोजन आहे.

- कर्म नियमांच्या सिद्धान्ताचा संबंध विश्वाच्या सामान्य नैतिक व्यवस्थेशी आहे. कर्मनियमांच्या या सिद्धान्ताचा संबंध व्यक्तिविशेषाच्या सद्‌भाग्याशी किंवा दुर्भाग्याशी नाही.

- या कर्मनियमांच्या सिद्धान्ताचा संबंध विश्वात नैतिक व्यवस्था विद्यमान राखणे आणि तिचे नियमन आणि नियंत्रण यांच्याशी आहे.
- याच कारणास्तव कर्मनियमांचा सिद्धान्त धम्माचे एक महत्त्वपूर्ण अंग आहे.

आधुनिक व्यवस्थापनातील सामाजिक दायित्वाला जर व्यापक रूप द्यायचे असेल तर बुद्धाचा कर्मसिद्धान्त आपण समजून घेतला पाहिजे. सत्कृत्याच्या माध्यमातून सर्वांचे हित साधता येते, ही केवळ धार्मिक संकल्पना नाही तर सार्वकालिक हित साधणारी विचारधारा आहे. यातून केवळ व्यक्तीचेच नाही तर सर्व संबंधितांचे हित साधले जाते. ज्या वेळी आपण बहुजनांच्या हिताचा विचार करतो त्या वेळीच आपण खऱ्या अर्थाने विकासाच्या मार्गावर पुढे जात असतो. समाजाची हित साधणारी विचारधारा व्यक्ती, समाज, संस्था या सर्वांनाच पुढे नेणारी असते. आजची सामाजिक दायित्वाची संकल्पना याच विचारांतून पुढे आली आहे आणि म्हणूनच या संकल्पनेचा पुरस्कार सर्व स्तरांवर होत आहे.

कृतिशील बोधिसत्त्व

बील जॉर्ज या मेट्रॉनिक कंपनीच्या यशस्वी मुख्य व्यवस्थापकाने बोधिसत्त्वांची जागृत व चैतन्यशील कृतीची संकल्पना व्यवहारात व आचरणात आणली आहे. कंपनीने समाजाचा जागरूक व सक्रिय नागरिक व्हावे यासाठी ते सतत प्रयत्नशील असतात. त्यासाठी 'योग्य नागरिक' हा विचार त्यांनी कंपनीच्या ध्येयधोरणांतून व विविध कार्यक्रमांतून व्यक्त केला आहे. कंपनी एक 'योग्य नागरिक' म्हणून समाजाप्रति उत्तरदायी आहे. ग्राहक, शासन व करविभाग यांच्या संबंधातील सर्व सौहार्दपूर्ण कार्यपद्धतीचे ती आचरण करते. त्यांच्याप्रति आदर व सन्मान व्यक्त करते. यासाठी ते प्रयत्नशील असतात.

○

नीतिमत्ता, दायित्व आणि व्यवस्थापन

तथागतांनी संपत्तीनिर्मितीला केवळ आर्थिक क्रिया म्हणून महत्त्व दिले नाही तर जीवन उद्धाराचा मूलभूत मार्ग मानले आहे. ज्या देशांत सुबत्ता व समता असते, तेथेच आर्थिक वृद्धी होत असते, तथागतांच्या मते, 'जेथे शांती, समृद्धी आहे तेथेच अपराध कमी असतात. स्वातंत्र्य नांदते, संपत्तीच्या समान वितरणाची शक्यता निर्माण होते.' यासाठी त्यांनी महाविजित नावाच्या राजाचा दृष्टान्त दिलेला आहे. महाविजित राजापाशी प्रचंड संपत्ती, धन, ऐश्वर्य होते; परंतु शांती व समृद्धी नव्हती. त्याचे कारण या राजाने शोषण व अनुचित पद्धतीने ही संपत्ती प्राप्त केली होती. राजाला उपदेश करताना तथागतांनी सांगितले आहे, की या राज्यात संपत्तीचे समान वितरण झाले आणि राजाने शोषणाला प्रतिबंधित करणारी योजना प्रस्थापित केली, तरच तेथे शांती व समृद्धी नांदेल. प्रजा आनंदी होईल आणि राज्यात सुखसमृद्धीचे, आनंदाचे वातावरण नांदेल. प्रजेला सुखी, समृद्ध ठेवण्याचा एकमेव मार्ग हा संपत्तीच्या वितरणातून आणि प्रजेच्या हिताला धरूनच प्राप्त होतो.

प्रदीप खांडवला यांच्या शब्दांत नीतिमत्ता आधारित व्यवस्थापनाची परिभाषा पुढील प्रमाणे करता येईल. "व्यवस्थापन ही समाज हितसंबंधीय, स्वामी, कामगार आणि ग्राहकांचे प्रतिनिधित्व करणारी विश्वस्त संस्था आहे." व्यवसायाची उद्दिष्टे साध्य करीत असतानाच माध्यम, साध्य व साधनांची शुचिता व औचित्य यांचाही व्यवस्थापन योग्य विचार करते. प्रामाणिकपणा, पारदर्शकता, निष्ठा, क्षमता व इतरांप्रती आदर ही आदर्श व्यवस्थापनाची प्रातिनिधिक लक्षणे मानली पाहिजेत.

अरखख संपदा

भौतिक सुखसमृद्धी प्राप्त करायची असेल तर प्रत्येकाने आपल्या संपत्ती, वैभवाची वृद्धी केली पाहिजे. आक्रमण व विपदा यांच्यापासून साधनसामग्रीचे रक्षण करणे हे प्रत्येक व्यक्तीचे विहित कर्तव्य आहे. तथागतांच्या दृष्टीने चांगली व्यक्ती आपल्या संपत्तीला, वैभवाला हानी पोहोचू देत नाही. त्याचा व्हास होऊ देत नाही. बचत व संपत्तीचे संरक्षणाला बुद्धांनी अरखख संपदा म्हणजेच संरक्षित केलेली संपत्ती मानले आहे.

कर्ज काढणे, ऋण काढून जीवन जगणे हे बुद्धांनी अयोग्य मानले आहे. कर्जबाजारी व्यक्ती आपल्या संसारात सुख व शांती प्राप्त करू शकत नाही. ऋणमुक्त व स्वयंपूर्ण जीवन जगता येणे, हे बुद्धांनी चांगल्या व्यक्तीचे लक्षण मानले आहे.

禪

"जिथे कायदा नसतो, तिथेदेखील संवेदनशील व जागृत मन कार्य करीत असतेच!"

(धम्मपद)

'सम्मान सूत्र' या सूत्रामध्ये तथागतांनी ऋणमुक्त जीवन व्यक्तीला सुखी करते, असा उपदेश केला आहे. जो ऋणमुक्त असतो, तो चिंतामुक्त असतो. तो आपल्या कुटुंबाचा योग्य निर्वाह करू शकतो, असे त्यांनी सांगितले आहे. संपत्ती प्राप्त करणे जसे महत्त्वाचे आहे तसे तिचा योग्य विनियोग करणे, संपत्तीचा सत्कार्यासाठी वापर करणे हे सदाचारी व्यक्तीचे लक्षण आहे, असे तथागतांनी सांगितले आहे. आपल्या संपत्तीचा व उत्पन्नाचा योग्य विनियोग करणारी व्यक्ती विवेकी असते. ती वर्तमान व भविष्याचा योग्य प्रकारे वेध घेऊ शकते. आजच्या सुखासाठी आणि भविष्यातील विपदांसाठी योग्य नियोजन करू शकतो, तो श्रेष्ठ पुरुष आहे, असे मत तथागतांनी मांडले आहे. यासंदर्भात त्यांनी 'सिगलावदसुत्त' यामध्ये आपल्या उत्पन्नाचा व साधनांचा विनियोग कसा करावा, याचे मूलभूत सूत्र दिले आहे. त्यांनी बचतीला, भविष्यकालीन तरतुदीला विशेष महत्त्व दिले आहे.

चंचल स्वभावाची माणसे कोणत्याही विषयाबाबत एक निश्चित मत व्यक्त करू शकत नाही अथवा निर्णय घेऊ शकत नाही. ज्याप्रमाणे माकडे एका शाखेवरून दुसऱ्या शाखेवर उड्या मारतात, त्याचप्रमाणे ती सतत आपल्या विचार व कृतीमध्ये बदल करीत असतात.

(जातक कथा)

तथागतांनी अर्थव्यवस्थेच्या दृष्टीने सांगितलेला तिसरा महत्त्वाचा घटक म्हणजे समजीविकद. हे बुद्धांच्या आर्थिक प्रणालीचे महत्त्वाचे अर्थसूत्र आहे. या सूत्रानुसार प्रत्येक व्यक्तीने आपल्या उत्पन्नातील उचित भाग स्वहितासाठी व गृहासाठी (गृहपती सुख) राखून ठेवला पाहिजे; तर एक अंग उत्पन्नाचा छोटा भाग मनोरंजन व आत्मसन्मानासाठी (भोगसुख) वापरला पाहिजे. पत्तकाममुत्तामध्ये व्यक्तीने आपल्या उत्पन्नाचा व संपत्तीचा भाग कसा घ्यावा, याची सूत्रे दिली आहेत. जीवनावश्यक खर्च प्राधान्याने करावेत व त्यानंतर आईवडील, पत्नी व मुलाबाळांच्या हिताचा विचार करावा. सगळ्या विपदांसाठी काही भाग राखून ठेवला पाहिजे. समाजहित व कल्याणासाठी एक निश्चित भाग त्याने खर्ची पाडला पाहिजे. संपत्ती प्राप्त करणे जसे आवश्यक आहे, तसेच त्याचा विनियोग, पूर्ण वापर आवश्यक आहे. शोषणातून संपत्ती प्राप्त करणे जसे अन्यायकारक आहे तसेच केवळ स्वार्थासाठी संपत्तीचा वापर करणे अयोग्य आहे. संपत्तीचा संतुष्टीत उपभोग घेण्याचा विवेक व्यक्तीने दर्शविला पाहिजे. संतुलन हाच विवेकपूर्ण उपभोगाचा आधार आहे.

जे कठोर परिश्रम, खडतर जीवन आणि यातना यांना तोंड देऊन आपल्या आयुष्याला आकार देतात त्यांची कोणाशीच तुलना होऊ शकत नाही. ते अविजित असतात.

(जातक कथा ५)

एक तरुण भिक्षू गुरूकडे गेला, त्यांना म्हणाला, "मी ध्यान लागावे यासाठी प्रयत्न करीत आहे, पण माझे चित्त लागत नाही." "काळजी नको. हा क्षण निघून जाईल," गुरू म्हणाले. काही दिवसांनी तो परत गुरूकडे आला आणि म्हणाला, "मला ध्यान करता येते, पण आत्मज्ञान मात्र झाले नाही." "काळजी नाही, हा क्षण पण निघून जाईल." अनेक दिवसांनी तो पुन्हा आला. "मी चित्त एकाग्र करू शकत नाही." "त्यात काय, हा क्षण पण निघून जाईल." अनेक वर्षांनी गुरूंनी त्याला विचारले, "कसे चालू आहे तुझे?" तो म्हणाला, "हा क्षण पण निघून जाईल."

मनाच्या शुद्धतेची योग्य कल्पना यावी यासाठी एक साधे उदाहरण 'शांतिदेवाचा बोधी अवतार' या पुस्तकात नमूद केले आहे. जर व्यक्तीला एखादी जखम झाली असेल आणि ती उघडी असेल तर समूहात गर्दीत फिरताना त्या जखमेची काळजी घेतली पाहिजे. विविध प्रकारच्या मोहांपासून, दृष्टींपासून इतर आमिषांपासून स्वतःचे रक्षण करण्यासाठी आपल्या मनाची नेहमीच काळजी घेतली पाहिजे. मनावर अपप्रवृत्तीचा प्रभाव होऊ नये यासाठी त्याने काळजी घेतली पाहिजे. एक वेळ धन, वैभव, ऐश्वर्य, संपत्ती याचा नाश झाला तरी चालेल, कीर्ती नष्ट झाली तरी चालेल; परंतु मनाच्या शुचितेला धक्का पोहोचता कामा नये, असा विचार तथागतांनी मांडला आहे. कारण मनच सर्व गोष्टींचे कारण, कारक, आधार आहे.

'अक्रोध' ही सदृढ मनाची खरी ओळख आहे. रागापासून मुक्ती मिळणे, संताप व द्वेष यांपासून स्वतःला दूर ठेवणे, हेच व्यक्तीचे महत्त्वाचे कार्य आहे; परंतु ते सर्वात मोठे आव्हान आहे. संतप्त झालेली व्यक्ती आपल्या भावनांना नियंत्रित ठेवू शकत नाही. ती आपल्या भावनांचा वापर करू शकत नाही. त्याच्या मनावरील ताबा निघून जातो. क्रोध ही केवळ कमकुवत मनाची अवस्था नसून त्याचबरोबर योग्य कृतीचे निदर्शन आहे. संयमातून क्रोधावर नियंत्रण ठेवता येते आणि ज्याला क्रोधावर नियंत्रण ठेवता येते, त्याला आपल्या भावनांवर नियंत्रण ठेवता येते. भावनांवर नियंत्रण ठेवणारी व्यक्ती संयमी वागू शकते. कठीण प्रसंगांना सहज तोंड देऊ शकते. या संतुलनात त्याला विवेकपूर्ण निर्णय घेता

येतात, कठीण प्रसंगावर मात करता येते आणि म्हणूनच चांगल्या वर्तनाचा एकमेव आधार म्हणजे क्रोधावर नियंत्रण.

जागृत मनोवस्था असणाऱ्या माणसांना मरण येत नाही. जे चैतन्यशून्य आहेत. ते यापूर्वींच मृत झालेले आहेत.

(धम्मपद ६)

सभेतील श्रोत्यांचे समाधान करू शकणारा एक प्रभावी शब्द हा फार मोठ्या व लांबलचक उपदेशापेक्षा अधिक प्रभावी असतो.

(झेन विचार)

एखाद्या संस्थेचे प्रमुख किंवा मुख्य कार्यकारी व्यवस्थापक म्हणून खालील मुद्द्यांचा विचार करताना कोणते घटक आपण लक्षात घ्याल?

	मुद्दा	लक्षात घ्यावयाचे साध्य
१	तुमच्या व्यवसायाचा दीर्घकालीन दृष्टिकोन काय?	हितसंबंधीचे सर्वाधिक हित कसे साधता येईल?
२	आपल्या व्यवसायाचा हेतू काय?	व्यवसायाच्या यशाप्रति कोणता दृष्टिकोन ठेवाल?
३	आपल्या व्यवसायाचा परिसरावर काय प्रभाव व परिणाम होतो?	हितसंबंधीयांचे हित साधणे महत्त्वाचे वाटते काय?
४	आपला व्यवसाय कोणत्या मूलभूत तत्त्वांची जोपासना करतो?	सहकार्यातून विकास व पारदर्शी कार्यपद्धती आपणांस महत्त्वाच्या वाटतात काय?
५	आपल्या संघटनेत कालानुरूप परिवर्तन घडवून आणण्यासाठी कोणते घटक लक्षात घेणे गरजेचे आहे?	बदल अपरिहार्य आणि सातत्यपूर्ण आहेत यावर आपण विश्वास ठेवतो काय?

ज्ञानाशिवाय मुक्ती नाही. बोधिसत्त्वांनी ज्ञानवादी दृष्टीचा नेहमीच पुरस्कार केला आहे. हे ज्ञान शुद्ध आणि पवित्र असले पाहिजे. व्यक्तीच्या आत्मोन्नतीकरिता ते उपयुक्त असले पाहिजे. ज्या ज्ञानाने व्यक्ती मुक्त होते; ज्या ज्ञानामुळे स्वतःच्या क्षमतांची, आत्मप्रत्ययांची जाणीव होते, ते खरे ज्ञान. उच्चतर जीवनाचा मार्ग साधणारे; मनातील दोष काढून सौहार्द, मानवता आणि संघवृत्ती जोपासणारे ज्ञान हे खरे ज्ञान होय. व्यवसायातदेखील याच ज्ञानाची आवश्यकता असते. हे ज्ञान व्यवसायाची समस्या सोडवीत नाही तर त्यासोबत व्यवसाय प्रगतीच्या मार्गावर नेते. व्यवसायाची प्रगती व्हायची असेल तर त्याच्यासाठी परिपूर्ण ज्ञान आवश्यक आहे.

禅

मन हेच सर्व चांगल्या आणि वाईट गोष्टींचे अग्रदूत आहे.
मन हेच सर्वांचे कारक आहे. प्रधान आहे. जो शुद्ध मनाने
आणि निर्मळ वृत्तीने कृती करतो, सुख आणि शांती त्याचा
मार्ग अनुसरते.

(यमक वग्ग)

'सम्यक कर्माचा' सिद्धान्त हा व्यवस्थापकाच्या दृष्टीने एक महत्त्वाचा आचरणीय भाग आहे. आपले प्रत्येक कर्म, दुसऱ्यांच्या भावना, अधिकारांचा आदर करून केले पाहिजे, तरच त्या कर्माचा योग्य प्रभाव व फलित दिसून येतो. जेव्हा माणूस कोणतेही कर्म या निगमांचे सामंजस्य साधून करतो, तेव्हा ते कर्म सम्यक कर्माशी सुसंगत आहे, असे समजावे. म्हणजेच सम्यक कर्माचा सिद्धान्त योग्य कर्म करण्याची पद्धत व त्या कर्माचे फलित याची जाणीव करून देतो. व्यवस्थापकाला व्यवसायात निर्णय घेताना निर्णयाची पार्श्वभूमी, वैशिष्ट्ये व फलित या तीन अंगांचा विचार करावा लागतो.

■ आपल्या कर्मचाऱ्यांना अत्यंत उत्तम, आल्हाददायक व अतिसुरेख कार्यवातावरण उपलब्ध करून द्या.

■ विविधता हा व्यवसायाचा मूलमंत्र आहे, हे लक्षात घ्या.

■ व्यवसायाच्या प्रत्येक कार्यक्षेत्रात श्रेष्ठत्वाचे सर्वोत्कृष्ट प्रमाण स्वीकारा.

■ आपल्या ग्राहकांना संपूर्णतः संतुष्ट व समाधानी करण्यावर भर द्या.

- आपला व्यवसाय ज्या परिसरात व समाजात कार्य करतो त्याच्या उन्नतीसाठी संपूर्ण योगदान द्या.
- व्यवसायाचे भावी यश लाभदायकतेवर अवलंबून आहे, हे लक्षात घ्या.
- व्यवस्थापकाचे वर्तन नीतिमत्तेला धरून असावे. नीतिमत्ता हा व्यवस्थापकीय वर्तनाचा मूलाधार असावा, ही बाब आज सर्वमान्य झाली आहे. तथागतांच्या मते, मुक्तीचा मार्ग हा नीतिमत्ता, वर्तन आणि मनाला दिलेल्या विशिष्ट नैतिक प्रशिक्षणांवर आधारित आहे. टॅन टेक बेंग (Tan Teik Beng) या बुद्धिस्ट मिशनरी सोसायटीच्या अध्यक्षांच्या मते, "Being established in moral conduct and training the mind, one realizes the knowledge which leads to deliverance."

जेव्हा इतरांचा अपमान करण्याची, त्यांना इजा करण्याची भावना व विचार जितक्या सहजपणे व त्वरित दूर करता येतो; त्याच गतीने माणसाला शांती व मनाची सत्यता प्राप्त होते.

व्यवस्थापकीय जीवनात या नीतिमत्तेचे महत्त्व आहे. व्यवस्थापकीय वर्तनात नम्रता, क्षमावृत्ती, इतरांच्या हिताचा विचार या गोष्टींना विशेष महत्त्व आहे. व्यवस्थापकाला व्यवस्थापकीय जीवनात यशस्वी व्हावयाचे असेल, तर करुणा आणि ज्ञान या दोन्ही आत्मगुणांचा विचार केला पाहिजे.

'दया' व 'क्षमा' या मानवांच्या मूलभूत प्रेरणा आहेत. मानवाची भावनिक गुणवत्ता या दोन गुणांतून व्यक्त होते. जो व्यवस्थापक आपल्या अनुयायांप्रति क्षमांचे प्रतिपादन करतो, त्याचे अनुयायीदेखील विश्वास ठेवतात. परस्परांमधील विश्वास व आत्मीयता हाच चांगल्या व्यवस्थापनाचा खरा आधार आहे. जेव्हा व्यवस्थापक आपल्या सहकाऱ्यांकडे दुर्लक्ष करतो, त्याच्या अनुयायांना नाकारतो. त्या वेळी त्याचे स्थान डळमळीत होते.

उचित कृती

बोधिसत्त्वांनी उचित कृती (Right Action)ला विशेष महत्त्व दिले आहे. तथागतांनी कृती या शब्दाचा अर्थ सांगताना औचित्य, विवेक आणि उद्दिष्ट या तिन्ही घटकांना समान महत्त्व दिले.

आजच्या आर्थिक जगाचे, कृतीचे औचित्य ठरवताना आपण जे घटक लक्षात घेतले, त्यांत या तीनही घटकांचा समावेश होणे आवश्यक आहे. उत्पन्न व खर्चात संतुलन साधता आले पाहिजे. आर्थिक क्रियांतून समाज व व्यवसाय

दोघांचेही समाधान होईल, अशी अर्थपूर्ण कृती झाली पाहिजे. त्यासाठी खऱ्या अर्थाने आपल्याला संतुलनाचा आणि सम्यक वृत्तींचा तथागत मार्ग स्वीकारला पाहिजे.

कोणत्याही कार्याचा हेतू अथवा उद्देश सद्सद्विवेकबुद्धी हाच असला पाहिजे. तो कार्य करणाऱ्या व्यक्तींच्या अंतःकरणाला छेद देणारा असला पाहिजे. त्यातून इतरांना वेदना व दुःख होणार नाही, इतरांसोबतच्या संबंधातील गोडवा, सुसूत्रता आणि एकरूपता यांना बाधा पोहोचवणार नाही असा असावा. याच दृष्टिकोनातून बाजारपेठेतील आर्थिक हितसंबंधांचा विचार केल्यास एकाधिकार वृत्ती समाजातील आर्थिक हितसंबंधांना बाधा पोहोचवणारी आहे. स्पर्धेचे तत्त्व औचित्यपूर्वक वापरले तर सर्व घटकांना लाभ होऊ शकतो. जेव्हा एखादी कृती आपण करतो तेव्हा आपली कार्यशैली मानवी संबंधांमध्ये सौहार्द निर्माण करणारी असेल, विसंवाद होऊ देणारी नसेल, याची आपण काळजी घेतली पाहिजे. कारण सुसंवादाशिवाय औचित्यपूर्ण कृती व मैत्रीपूर्ण संबंध प्रस्थापित होऊ शकत नाही.

जेव्हा एखादा व्यवसाय मूलभूत व सर्वसमावेशक उद्दिष्टांपासून भरकटतो, त्याचे व्यवस्थापक व्यक्तिगत स्वार्थ व विहित लाभासाठी प्रयत्न करतात आणि व्यवसायातील कल्पकता दुर्लक्षित केली जाते, त्या वेळी व्यवसायाचा विनाश अटळ असतो.

—— 禪 ——

योग्य कार्यशैली

चांगले जीवन, अर्थपूर्ण परिपूर्ण जीवन ही मानवी जीवनाची खरी कसोटी आहे. या भूतलावरील जीवनप्रवास सुखमय करावयाचा असेल तर दुःखांना अगोदर समजून घेतले पाहिजे. आशावादी वृत्ती जोपासण्यासाठी निराशेला दूर लोटण्याची

क्षमता आपण बाणवली पाहिजे आणि यासाठी वेदना, दुःख यांचा नेमका अर्थ समजून घेतला पाहिजे. कोणतीही गोष्ट कायमस्वरूपाची नाही. जगातील प्रत्येक गोष्ट नश्वर आहे, हे सत्य ज्याला समजले आहे तो उचित जीवनशैलीचा स्वीकार करू शकतो.

शांत मन, सुसंवाद साधणारे संभाषण आणि सहज होणारी कृती यांतूनच खरे ज्ञान प्राप्त होते. कारण सम्यक ज्ञान हाच आत्मशांती, संतुलित आणि विकारशून्य विचार प्राप्त करण्याचे माध्यम आहे.

उचित प्रयत्न / सम्यक प्रयत्न

जीवनाचे अंतिम ध्येय साध्य करावयाचे असेल तर त्याचे महत्त्वाचे सूत्र म्हणजे प्रयत्नातील सम्यकता. सर्वच प्रयत्नांतून सम्यकता साध्य होत नाही. प्रयत्नांचा मार्ग दररोज सातत्यपूर्ण राहील, याची काळजी साधकाने घेतली पाहिजे. स्वतःच्या मनाला, कृतीला, विचाराला विवेकाची शिस्त लावणे म्हणजे सम्यक प्रयत्न. सम्यक प्रयत्नाचा दुसरा घटक म्हणजे आत्ममुक्ती (Enlighten-ment)ला आधार देणारी, पुढे नेणारी प्रयत्नांची दिशा. जेव्हा व्यक्ती स्वतःचा, स्वत्वाचा, स्वार्थाचा विचार सोडून कार्य करू लागते तेव्हा जीवनाच्या उच्चपातळीवर जाते. तिथूनच प्रयत्नांची सम्यकता प्राप्त होते. आपले जीवन केवळ स्वार्थवृत्तीने संपवायचे नाही, याची जाणीव झाली तरच प्रयत्नांना सम्यकत्वाची दिशा लाभते.

禅

भूतकाळात रममाण होणे, वर्तमानाचा अनावश्यक विचार करणे आणि भविष्याची अकारण चिंता करणे, यांचा त्याग केला तर मानवाला दुःख, विकार, आणि वेदनांवर विजय प्राप्त करता येतो.

- जातक कथा

सम्यकता एकाग्रता

ज्या व्यक्तीचे वैचारिकदृष्ट्या उन्नयन झाले नाही, त्या व्यक्तीच्या प्रयत्नात कृतीत, विचारांत परस्परभिन्नता आढळून येते. त्याला आपला स्वार्थ प्रथम दिसू लागतो. त्याचे लक्ष तात्कालिक, स्वार्थप्रेरित घटकांकडे लक्ष केंद्रित झालेले

असते. अशा व्यक्तीला जीवनाची वास्तविक अनुभूती होत नाही. उन्नती व स्वार्थपूर्ती यांतील फरक लक्षात येत नाही. केवळ स्वतःचे हित साध्य करणे हा संकुचित विचार या प्रकारच्या व्यक्ती स्वीकारतात. तात्कालिक, क्षणभंगुर कार्याकडे पूर्ण लक्ष असल्यामुळे अशा व्यक्ती व्यापक व परिपूर्ण उद्दिष्टांवर लक्ष केंद्रित करू शकत नाहीत.

ज्ञानाचा आंतरप्रवाह

प्रत्येक व्यक्तीच्या अंतर्मनात ज्ञानाचा निर्झर सातत्याने वाहत असतो. हे ज्ञान बऱ्याचदा सुप्तावस्थेत असते. यामुळे व्यक्ती आत्मोन्नतीच्या मार्गावर पुढे जाऊ शकते. आपल्या मनातील श्रद्धेचा विकास होत असतो. त्या वेळी आपल्या मनात दडलेली ऊर्जा उत्स्फूर्तपणे पुढे येऊ शकते. प्रत्येक व्यक्तीपाशी बुद्धिमत्तेचा, विद्वत्तेचा अपूर्व स्रोत आहे. स्वतःवर असणारी श्रद्धा आणि आत्मशक्तीचा ज्याला परिचय झाला आहे, तोच या ऊर्जेचा वापर करू शकतो.

कृती आणि विचार

तथागतांनी सहा मूलभूत सूत्रे सांगितली आहेत. ती सहा सूत्रे व्यक्तीला मनाच्या आंतरिक शक्तीचा खरा परिचय करून देतात. प्रत्येक व्यक्तीच्या मनात एक प्रचंड ऊर्जाशक्ती आहे. बुद्धिमत्ता, विवेक, विचारांचे अपूर्व भांडार आहे. आंतरिक शक्तीला सचेत करणे व विकासाच्या दिशेने कार्यान्वित करणे, हेच तथागतांच्या विचारांचे सार आहे. जी प्रत्येक व्यक्ती जागरूक होते, ती बुद्धाच्या दिशेने प्रवास करते. रूह्यो ओकाआ या जपानी तत्त्वज्ञाच्या मते, बुद्धत्व प्राप्त करणे म्हणजे आत्मतत्त्व प्राप्त करणे होय. स्वयंशिस्त व जागरूकतेशिवाय बुद्धत्व प्राप्त होत नाही. व्यक्तीला त्याच्या आत्मशक्तीचा परिचय होऊ शकत नाही. शाक्यमुनींनी स्वयंशिस्त व आत्मज्ञान यांच्या माध्यमातून मुक्तीचा मार्ग प्राप्त होतो, असे सांगितले आहे. आधी स्वतःला ओळखले पाहिजे, नंतर स्वतःच्या विकासाचा आणि चैतन्यशील जीवनाचा मार्ग प्राप्त होतो.

यासाठी तथागतांनी सहा परमितांचा उपदेश केला आहे. ती सहा परमिते पुढीलप्रमाणे :

- दान शुचिता
- शील शुचिता
- क्षमा शुचिता
- यत्न शुचिता
- ध्यान शुचिता
- प्रज्ञा शुचिता

व्यक्ती कोणत्याही पदावर असो, व्यक्तीमध्ये या सहा गुणांचा संगम झाला

नसेल, तर ती व्यक्ती श्रेष्ठत्व प्राप्त करू शकत नाही. मुक्तीचा मार्ग शोधू शकत नाही. व्यक्तीच्या अंतर्मनातील बुद्धिमत्ता, विवेक जेव्हा जागृत होतात तेव्हा एका निर्झरासारखी त्या व्यक्तीची कृतिशीलता आणि आचरणशुद्धता स्वतःहून उचंबळून बाहेर येते. सकारात्मक वृत्ती, इतरांना क्षमा करण्याचे औदार्य आणि विकासाला पूरक विवेकपूर्ण दृष्टिकोन कधीच षड्गुणांशिवाय निर्माण होऊ शकत नाही.

व्यवस्थापकाला या सर्व षड्गुणात्मकांची नितांत आवश्यकता असते. तो अनेक आव्हानांना सामोरा जात असतो. नवनवीन उपक्रम, प्रकल्प आणि कल्पक व्यवस्थापक कृतींतून त्याचे कार्य परिपूर्ण होत असते. या कार्यात विविध प्रकारची आव्हाने आणि अडथळे स्वाभाविक असतात. अशा या आव्हानात्मक परिस्थितीत संतुलन ठेवण्यासाठी, आपल्या मनोबलाने, ज्ञानाने व कौशल्याने संकटावर मात करण्यासाठी व्यवस्थापकाला क्षमाशीलता, औदार्य, ज्ञान, प्रयत्न, ध्यान आणि दान या सर्वच गुणांचा वापर करावा लागतो. व्यवस्थापक प्रत्येक वेळी 'माझेच ऐकले पाहिजे असा हेका', धरू शकत नाही. इतरांना शिक्षा करू शकत नाही. उलट, आपल्या अनुयायांच्या चुकांना माफ करून पुढे जाण्याची संधी देऊ शकतो. ज्ञानातूनच व्यवस्थापकाला कौशल्य प्राप्त होते. कठीण प्रसंगांना तोंड देण्यासाठी, आव्हानांना सामोरे जाण्यासाठी व्यवस्थापकाने ज्ञानाधिष्ठित दृष्टीचा विचार केला पाहिजे.

तथागतांनी मध्यम मार्गांचा जो पुरस्कार केला आहे, तो आत्मोन्नती व आत्मोन्नतीच्या माध्यमातून समाजोन्नती अशा दृष्टीने केला आहे. मानवी मन हे विविध घटकांपासून बनलेले आहे. मानव हा सामाजिक प्राणी आहे. तो इतरांशी कसा वागतो, त्याला आपल्या क्षमता व मर्यादांविषयी जाणीव कशा प्रकारे आहे, या सर्वच बाबी महत्त्वाच्या ठरतात. जसजशी व्यक्ती आत्मोन्नतीच्या मार्गाने प्रगती करते, त्या बरोबर ती स्वतःच्या लाभाचा विचार सोडून देते आणि त्या व्यक्तीला एका नव्या जगाची जाणीव होते.

परोपकार, इतरांच्या विकासाचा विचार अशी व्यक्ती चांगल्याप्रकारे करू शकते. स्वतःची उन्नती हा जसा व्यक्तीच्या व्यक्तिमत्त्वाचा महत्त्वाचा भाग आहे, तसेच इतरांची उन्नती हा तिच्या समाजजीवनाचा भाग आहे. केवळ आत्मोन्नतीपुरते सीमित जीवन जगणे म्हणजे पशुत्व सोडून मानवतेच्या दृष्टीने पहिले पाऊल टाकणे; परंतु मानवी विकासाचा हा प्रवास येथेच थांबत नाही.

टोकिओ इलेक्ट्रिक पॉवर ही जगातील सर्वांत मोठी वीज निर्माण करणारी कंपनी. कंपनीत पर्यावरणपूरक वीजनिर्माण करणारी यंत्रणा प्रस्थापित करण्यासाठी कंपनीने मोठ्या प्रमाणावर गुंतवणूक केली. त्या गुंतवणुकीचा व्यावसायिक परतावा कमी असला तरी आपले हे समाजाप्रति दायित्व आहे असे समजून हा निर्णय घेतला गेला.

इतरांच्या उन्नतीचा विचार करणे म्हणजे खऱ्या अर्थाने आत्मोन्नती होय. व्यक्तीला ही आत्मोन्नतीची जाणीव होणे म्हणजे मानवतेच्या दृष्टीने उच्चस्तरीय जीवन जगण्यासाठी प्रगती करणे.

व्यवसायाचे सामाजिक दायित्व आणि नीतिमत्ता यांचादेखील परस्परसंबंध अत्यंत नजीकचा आहे. नीतिमत्ता ही पैशात मोजली जाणारी वस्तू नाही. तिचे मूल्य व परिणामकारकता अधिक व्यापक असते.

禅

According to the seed that's sown
So is the fruit ye reap,
Doer of eviel, eviel reaps,
Sown is the seed, and thou shalt taste
The fruit thereof.

(Samyutta Nikaya)

तथागतांच्या मते, मानवी समूहात एकमेकांना जोडणारा एक अत्यंत प्रभावी अंतर्बंध आहे. हा बंध जरी अदृश्य असला तरी मानवी समूहाला एकत्र आणण्याचे, त्याला टिकवून ठेवण्याचे कार्य या अंतर्बंधाच्या माध्यमातूनच होते; मग तो एक मोठा समाज असो अथवा छोटा समूह असो. संघटना कोणत्याही प्रकारची असो, समाजजीवनात परस्परांवर विश्वास ठेवणारा, एकमेकांना समजून घेणारा व समाजाला टिकवून ठेवणारे सौहार्द निर्माण करणारा मानवी संबंधाचा विचारच महत्त्वाचा असतो.

मनुष्य भौतिक कामनांच्या जाळ्यात गुरफटला आहे; परंतु शहाणा व विवेकी पुरुष या आपपर भावापासून मुक्त असतो आणि म्हणून त्याला मृत्यूचे भय नसते.

(झेन विचार)

कार्यकारणभावाची मीमांसा

कार्यकारणभाव आणि त्याचा वर्तनावर होणारा प्रभाव या संदर्भात तथागतांनी कार्यकारणभावाचा सिद्धान्त दिला आहे. सत्कार्यांचा परिणाम हितकारक आणि दुष्कृत्याचा परिणाम अहितकारक, असे विवेचन तथागतांनी केले आहे. चांगली कृत्ये, चांगले हेतू, चांगली कार्यपद्धती यांतून अनुकूल परिणाम साध्य करता येतो. मानवी जीवनातील सर्वच महत्त्वाचे हेतू, कार्य व त्यांचा परिणाम यांचा समाजजीवनावर प्रतिकूल व अनुकूल परिणाम होत असतो. याचे व्यामिश्र स्वरूप आणि त्यांचा मानवी कृतींवर होणारा प्रभाव जाणून घेण्यासाठी कार्यकारणभावाचा सिद्धान्त अत्यंत महत्त्वाचा आहे.

भगवान बुद्धांच्या या कार्यकारणभाव सिद्धान्तांच्या तत्त्वांचा उल्लेख समयुत्त निकायमध्ये पुढील शब्दांत करण्यात आला आहे –

नीतिमत्तापूर्ण व्यवसाय आणि लाभदायकता यांचा परस्परसंबंध विरुद्ध स्वरूपाचा आहे. सामान्यपणे व्यवसाय हा नीतितत्त्वांचे पालन करून यशस्वी होत नाही, असे मानण्याकडे आपला कल असतो; परंतु मानवी संवेदना व भावना यांचा पूर्ण आदर करून, प्रत्येक व्यक्तीच्या सृजनशीलतेचा पूर्ण वापर करून व्यवसायाची उन्नती साधता येते, या तत्त्वावर 'सोनी'च्या अध्यक्षांचा विश्वास आहे. त्यांच्या शब्दांत, "एखाद्याचा आदर करणे आणि प्रोत्साहन देणे हे 'सोनी'चे तत्त्व आहे."

Ability and always try to bring out the best of a person. व्यवसायाचा स्वामी अथवा व्यवस्थापक प्रत्यक्ष व अप्रत्यक्ष कर्मसिद्धान्ताच्या परिणामांची अनुभूती घेतच असतो. चांगले कर्म ज्ञान, कृती, वृत्ती यांनी प्रभावित झालेले असते.

मधमाशी फुलांपासून जेव्हा मध प्राप्त करते, त्या वेळी फुलांचा रंग व सुगंध यांना इजा पोहोचवत नाही. त्याचप्रमाणे विद्वान पुरुष ज्ञानप्राप्ती करताना इतरांची मने व मते दुखवत नाही.

(जातक कथा)

तथागतांनी यशाची संकल्पना व्यक्त करताना या यशाला सामूहिक प्रगतीत वेगळे महत्त्व दिले आहे. संस्था ती लहान असो वा मोठी, तिचा हेतू आर्थिक व समाजहिताचा असो, जोपर्यंत संघटना आपल्याशी संबंधित सर्व घटकांना अपेक्षित न्याय, समाधान व आनंद देऊ शकत नाही, तोपर्यंत सौहार्द व परिपूर्ण यश प्राप्त झाले आहे, असे म्हणता येणार नाही. या संदर्भात तथागतांनी तीन महत्त्वाची सूत्रे सांगितली आहेत. ती पुढीलप्रमाणे :

- उत्थानसंपदा म्हणजे संपत्तीची सातत्यपूर्ण निर्मिती करणे.
- असंपदा म्हणजे या संपत्तीचे संरक्षण, संवर्धन व संगोपन करणे.
- समाजीविकदा म्हणजे आपल्यापाशी असणाऱ्या साधनसंपत्तीशी मर्यादित राहून विकासाची कामना व प्रयत्न करणे.

तथागतांचा हा अर्थविचार संघटनेच्या वित्त व साधनसामग्रीच्या दृष्टीने आजही महत्त्वाचा आहे. संघटना जेव्हा आपल्या क्षमतेपेक्षा जास्त वित्तीय साधने संकलित करते, प्राप्त करते; त्या वेळी त्यांचा कार्यक्षम वापर होत नाही. अधिपुंजीकरणाची अवस्था निर्माण होण्याची शक्यता असते.

कृतिशील बोधिसत्त्व

बोधिसत्त्वप्रणित नेतृत्वाची कसोटी खालील प्रश्नांची उत्तरे समाधान-कारकपणे देते.

- आपल्या संस्थेचे कर्मचारी व व्यवस्थापक यांची संस्थागत उद्दिष्टांप्रति एकसमान दृष्टी आहे काय? त्यांच्या संस्थेच्या ध्येयाप्रति काय कल्पना आहेत?
- आपल्या संस्थेद्वारे गुणवान व निष्ठावान व्यक्तींना आकर्षित करण्यासाठी काही विशेष प्रयास केले जातात काय?
- कर्मचारी व व्यवस्थापकांनी आपले व्यक्तिगत जीवनातील ध्येय व

व्यवसायाची उद्दिष्ट सफलतापूर्वक साध्य करण्यासाठी काही एकीकृत प्रयास करावा असे आपणास वाटते काय ?

संघटनेपाशी असणारी इतर साधने, सामग्री, मानवी समुदाय, यंत्रसामग्री यांचा कार्यक्षम वापर संघटनेसाठी आवश्यक आहे. सामग्री अकार्यक्षमपणे वापरणे म्हणजे तिचा अपव्यय करणे. प्रमाणाबाहेर सामग्री वापरणे हे एकप्रकारे नासाडीला, सामग्रीच्या क्षयाला कारणीभूत ठरते. सामग्रीचा वापर करताना संतुलन व विवेक ठेवला पाहिजे. त्याकरिता सम्यक दृष्टिकोनाची आवश्यकता असते. सम्यक दृष्टिकोनाला येथे 'आर्थिक विवेक' असे म्हणता येईल. आर्थिक विवेक व विलक्षण दृष्टी असल्याशिवाय अपेक्षित लाभ प्राप्त होत नाही. तसेच साधनांचा वापर करून व्यापाराचा हेतूही साध्य होत नाही.

यश, लाभ, व संपदा प्राप्त करणे जसे आवश्यक आहे, तसे त्याचे संगोपनही आवश्यक आहे. संपत्तीची प्राप्ती काय आहे, हे महत्त्वाचेच परंतु खरे आव्हान आहे ते प्राप्त केलेल्या या संपत्तीचे संगोपन व संवर्धन करणे. कारण लाभाचा योग्य विनियोग झाला नाही, योग्य दिशेने त्याला प्रवाहित केले नाही, तर लाभप्राप्तीचा अपेक्षित हेतूच पराभूत होतो. संपत्तीचा विकास संगोपनातून होतो. यासाठी संपत्तीचा अस्थानी, गैरकारणांसाठी वापर करू नये, तेदेखील अयोग्य आहे. संपत्तीचा न्याय्य मार्गाने विनियोग करणे, उपभोग आणि बचत यांमध्ये परस्पर संतुलन असणे आवश्यक आहे.

आर्थिक विकास, आणि नीतिमत्तापूर्ण व्यावसायिक वर्तन यांचा नजीकचा संबंध आहे. ट्रान्सपरन्सी इंटरनॅशनल या आंतरराष्ट्रीय संस्थेच्या मते, भारत, पाकिस्तान, ब्राझील, चीन, रशिया, इंडोनेशिया व नायजेरियासारख्या विकसनशील आणि मोठ्या अर्थव्यवस्था सर्वाधिक भ्रष्ट आहेत, तर स्कॅन्डनेव्हियन देशातील व्यवस्था अधिक प्रामाणिक आणि पारदर्शक आहेत.

--- 禪 ---

संघटनेसाठी संपत्तीचा विनियोग (deployment of funds) जेवढे महत्त्वाचे आहे, त्याहीपेक्षा संपत्तीचे संवर्धन (conservation of funds) आवश्यक ठरते. सर्वसामान्यपणे खर्च कपात करणे किंवा बचत करणे हा एकप्रकारे निधी वाढवण्याचा मार्ग आहे. कारण विवेकाने केलेला खर्च म्हणजे संपत्तीचे संवर्धन आहे. संपत्तीच्या संवर्धनासाठी साधने, मनुष्यबळ, वेळ आणि निधीसंगोपन व संवर्धन अत्यंत आवश्यक आहे. व्यवसायाचा विकास सातत्यपूर्ण प्रयत्नातून होत असतो. सातत्यपूर्ण बचत व त्यातून संपत्तीचे संवर्धन हेच अंतिमतः विकासाला पूरक असणारे घटक आहेत. सुदृढ व्यावसायिकांची तीच खरी कसोटी आहे. प्राप्त साधनांच्या मर्यादित राहून आर्थिक विकास करणे हे एक आव्हान आहे. हे आव्हान पेलण्यासाठी व्यवसायाला नियोजन, नियंत्रण, समन्वय, साहचर्याची आवश्यकता असते. व्यवसाय केवळ साधनसंपत्तीने यशस्वी होत नाही तर या साधनांचा वापर कोणकोणत्या प्रकारे करायचा आहे, याचाही विचार झाला पाहिजे. अनेक मोठ्या संघटना साधनांच्या अभावामुळे अपयशी ठरतात. समन्वय, संवर्धनाचा अभाव हेच त्यांच्या अपयशाचे खरे कारण असते. उत्तम संघटनेचा अभाव, निर्णयातील विलंब, परस्परांतील संदेह, मानवी संबंधांतील असंतुलन आणि विविध घटकांतील समन्वयाचा अभाव यांमुळे संघटना अपयशी होतात. सम्यक वृत्तीचा अभाव हेच संघटनेच्या विनाशाचे, प्रशासनातील सातत्य ठेवण्याच्या अभावाचे कारण आहे. झटपट प्रगती करणाऱ्या संस्था त्वरित विनाश पावतात. सहज शिखरावर चढणाऱ्या, सहज अल्पपरिभ्रमात शिखरावर पोहोचणाऱ्या व्यक्ती अल्प वेळातच पायथ्याला येऊन भिडलेल्या असतात. याचे कारण सम्यक वृत्तीचा अभाव होय.

०

बोधिसत्त्वांची व्यवस्थापनाची संकल्पना

भारतासारख्या महान परंपरा आणि वैचारिक वारसा लाभलेल्या भूमीत अनेक महापुरुषांनी जन्म घेतला आहे. या सर्वच थोर पुरुषांनी आपल्या तत्त्वज्ञानाच्या माध्यमातून प्रयास केला आहे. वैदिक दर्शन, बौद्ध तत्त्वज्ञान, महावीरांचे जैन तत्त्वज्ञान या तीन वैचारिक प्रवाहांनी भारताचा सांस्कृतिक वारसा संपन्न केला आहे. यांपैकी बौद्ध विद्वानांनी समान संधी आणि ज्ञान देणाऱ्या तत्त्वज्ञानाचा पुरस्कार केला आहे. श्रीमंत व गरीब, उच्च-नीच कोणत्याही वर्गाची व्यक्ती अथवा स्त्री-पुरुष असा भेदभाव न करता आणि ज्ञान व आयुष्याचा मार्ग, श्रेष्ठ करणारा मार्ग या तत्त्वज्ञानाने दिला आहे. अज्ञानाला ज्ञानी करणाऱ्या, असंस्कृताला सुसंस्कृत करणाऱ्या बौद्ध तत्त्वज्ञानाचा सर्वांना परिचय आहे.

मानवी जीवनाच्या प्रदीर्घ आणि क्लेशदायक प्रवासातील एकमेव प्रामाणिक साथीदार म्हणजे त्याची श्रद्धा. कारण श्रद्धा हाच सर्वांत उत्तम मित्र आणि सर्वोत्तम ठेवा आहे.

- झेन विचार

व्यवहारात विशेषतः अर्थव्यवहारात यशस्वी व्हावयाचे असेल तर व्यवस्थापनाची नितांत आवश्यकता आहे. व्यवस्थापन एका विशिष्ट तत्त्वज्ञानावर आधारित कार्यशैली आहे. व्यवस्थापन म्हणजे केवळ ठरावीक तंत्रे अथवा

यशस्वी होण्याच्या निवडक सूत्रांचा संच नाही तर व्यवस्थापनाला एक तात्त्विक बैठक आहे. क्षेत्र कोणतेही असो, संस्था अथवा उद्योग कोणत्याही प्रकारचा असो त्याला विशिष्ट हेतू, उद्देश असतो. संस्थेचे कार्य या हेतुनुरूप, उद्दिष्टांनुसार व्हावयाचे असेल तर त्यासाठी तत्त्वज्ञानाधिष्ठित व्यवस्थापकीय विचारांची जोड हवी. व्यवसायाची प्रभावक्षमता योग्य कृती योग्य पद्धतीने योग्य वेळी करण्यावर आधारित असते. यालाच ज्ञानत्रयी – सम्यक ज्ञान, दर्शन व शील – असे बुद्ध तत्त्वज्ञानात म्हटले आहे. जोपर्यंत व्यवस्थापक आपल्या कार्यातून प्रामाणिकपणा, विवेकाचे दर्शन घडवतो, तोपर्यंत त्याचे महत्त्व व श्रेष्ठत्व त्याचे अनुयायी जाणतात.

ज्या संस्थेला दृष्टी नाही तिला दीर्घायुष्य नाही. जी संस्था चारित्र्य व नीतिवर आधारित नाही तिला सातत्यपूर्ण यश नाही. ज्या संस्थांच्या कार्यामध्ये प्रामाणिकता नाही, त्या संस्थांना भवितव्य नाही. संस्था केवळ अल्पकालावधीसाठी स्थापन होत नाहीत. व्यक्ती येतात व जातात ; परंतु संस्थांचे कार्य चिरस्थायी स्वरूपाचे असते. यासाठी संस्थेची आखणी व उभारणी या त्रिसूत्रांवर आधारित असली पाहिजे. जिथे सम्यक विचार अंतर्भूत होतात, त्या व्यवसायाचे व्यवस्थापकीय यश चिरंतन स्वरूपाचे असते.

"संपन्नता आणि समृद्धीच्या काळात जेव्हा एखादी व्यक्ती अकिंचन वृत्तीने वागते, स्वतःकडे काही नाही अशी तिची भावना असते तेव्हाच ती शुद्ध आणि परिपूर्ण जीवन जगू शकते."

(जातक कथा)

व्यवस्थापनाचे तत्त्वज्ञान कशा स्वरूपाचे असावे, याविषयी वेगवेगळ्या विचारधारांचा पाश्चिमात्यांनी पुरस्कार केला आहे. भौतिक प्रणालीवर आधारित व्यवस्थापन सूत्रे सर्वदूर लोकप्रिय आहेत. व्यवस्थापनातील पाश्चात्य विचारसरणी, सूत्रे व तंत्रे आज जगभर प्रस्थापित झाली आहेत ; परंतु एका देशात यशस्वी होणारे आर्थिक परिमाण दुसऱ्या देशांत यशस्वी होईलच, अशी हमी देता येत नाही. पर्यावरणातील बाह्य घटक, कर्मचारी व इतर अंतर्गत घटकांच्या

भूमिका संस्थेच्या हेतू, भूमिका व कार्यपद्धती या सर्वांचा व्यवस्थापकीय तत्त्वज्ञानावर परिणाम होतो. त्यामुळे इतर देशांत यशस्वी झालेले व्यवस्थापकीय तत्त्वज्ञान आयात करता येईल व फलन केलेली विचारसरणी योग्य प्रकारे कार्य करील, असे प्रस्थापित तत्त्व आहे. नीतितत्त्वे, मूल्ये व दृष्टिकोन हा रुजवावा लागतो. तो मुळापासून उगवावा लागतो. त्याचे एखाद्या वृक्षाच्या फांदीवर कलम करणे, हे त्याची यशस्वी होण्याची क्षमता मर्यादित करते.

कोणत्याही प्रकारच्या मानवी उपक्रमाचे उचित व निर्धारित फळ प्राप्त करावयाचे असेल, त्याला निश्चित दिशा द्यावयाची असेल तर व्यवस्थापनाची आवश्यकता असते. जिथे जिथे मानवी संबंधांचा प्रश्न येतो, परस्परांशी निगडित असणाऱ्या प्रश्नांची समस्या येते, तिथे तिथे व्यवस्थापनाची आवश्यकता असते. व्यवस्थापनाचा संबंध कामगिरीशी आहे. 'ठरावीक कामगिरी ठरावीक पद्धतीने साध्य करण्याची कला म्हणजे व्यवस्थापन होय.' अशा या मानवाशी संबंधित असणाऱ्या शास्त्र व कलेचे बीज वैचारिक व तात्त्विकदृष्ट्या या भूमीत रुजले पाहिजे. भारताच्या पर्यावरणात आणि भूमीत रुजलेल्या व्यवस्थापनास विचारांची आवश्यकता आहे.

ज्ञान व व्यवस्थापन

व्यवस्थापन तत्त्वज्ञ पीटर ड्रकर यांच्या मते, Knowledge is the only meaningful resource today. (ज्ञानासारखे दुसरे महत्त्वाचे साधन नाही.) ज्ञानाशिवाय कोणतीही कृती यशस्वी होऊ शकत नाही आणि म्हणून ज्ञानसंपादन सर्वाधिक महत्त्वाची व्यवस्थापकीय कृती आहे. व्यवसायात तर ज्ञानासारखे महत्त्वाचे दुसरे साधन नाही. कारण ज्ञानाचा व्यावसायिक श्रेष्ठत्वाशी संबंध आहे. बुद्ध तत्त्वज्ञानात ज्ञानाचे पाच प्रकार मांडले आहेत. ज्ञानाची पुढील पाच रूपे आहेत :

- **बौद्धिक ज्ञान (Intelluctual Knowledge):** बौद्धिक ज्ञान हे आपल्याला ज्ञानेंद्रियांच्या माध्यमातून प्राप्त होते.

- **स्पष्ट ज्ञान (Clear Knowledge):** स्पष्ट ज्ञान विविध साधनांच्या अध्ययनातून, विवेचनातून प्राप्त होते.

- **निश्चयात्मक ज्ञान (Determinitive Knowledge):** निश्चयात्मक ज्ञान विविध घडामोडी व प्रसंगांच्या अवस्थांतून प्राप्त होते.

- **अनुभवजन्य ज्ञान (Experiencial Knowledge):** व्यक्तीचे विशिष्ट परिस्थितीतील आत्मगत अनुभव व त्यातून त्या व्यक्तीने काढलेला अन्वयार्थ म्हणजे अनुभवजन्य ज्ञान.

- **विशुद्ध / सम्यक ज्ञान (Total Knowledge):** विशुद्ध ज्ञान किंवा सम्यक ज्ञान म्हणजे असे ज्ञान जे केवळ चिंतन, कल्पकता आणि अनुभवजन्य निष्कर्षातून प्राप्त होते.

ज्ञानाचे सर्व प्रकार हे परस्परांशी निगडित, संबंधित आहेत. व्यवसायात या सर्व ज्ञानांची गरज असते. ज्ञानाचा वृत्ती, कृती व निर्णयाशी नजीकचा संबंध आहे. सम्यक ज्ञानातून परिपूर्ण दृष्टि (vision) प्राप्त होते. या सम्यक ज्ञानाचा व्यक्तीच्या चारित्र्यावर प्रभाव होतो. नैतिक तत्त्वांवर आधारित वर्तनासाठी दृष्टी, कृती आणि निर्णय यांमध्ये संपूर्ण समन्वय असला पाहिजे.

बोधिसत्त्वांच्या तत्त्वज्ञानातील ज्ञानत्रयी म्हणजेच सम्यक ज्ञान, सम्यक दृष्टी व सम्यक आचरण यांचा व्यवस्थापनाच्या व्यवहारांशी निश्चित स्वरूपाचा संबंध आहे. विवेकपूर्ण वर्तणूक, सचेतन अंतःकरण आणि निश्चित कृती यांच्यातूनच व्यवस्थापकाचे वर्तन नीतिपूर्ण होऊ शकते. मानवी संपदेच्या निकोप संवर्धनासाठी ही ज्ञानत्रयी अतिशय आवश्यक आहे.

यमक वग्गात तथागताने संयम आणि शांत मनोवृतीचे महत्त्व विषद केले आहे. प्रतिघात आणि आक्रमण यांनी आपले कार्य साध्य होत नाही, तर ते संयम आणि शांत वृत्तीनेच साध्य होते. व्यवस्थापकाला हा संयम असला पाहिजे तरच तो विविध कठोर आणि आव्हानात्मक प्रसंगाला तोंड देऊ शकतो. यमक वग्गात तथागत म्हणतात, संयम हे कमकुवतपणाचे लक्षण नाही, पराभवाचे कारण नाही. तर श्रेष्ठ स्त्री-पुरुषांच्या असाधारण व महान शक्तीचे ते परियाचक आहे. संयमानेच विविध आव्हानांवर मात करता येते.

(यमक वग्ग)

ज्ञानाधिष्ठित व्यवस्थापनाचा सर्वांत महत्त्वाचा लाभ म्हणजे आत्मजागृती होय. आत्मजागृतीसाठी ज्ञान प्राप्त होणे आवश्यक आहे. स्वतःला ओळखणे म्हणजे आपण काय साध्य करू शकतो, आपण काय निर्माण करू शकतो याची जाणीव असणे. स्वतःच्या कार्याचा प्रभाव व उद्दिष्ट साध्य करण्यासाठी ही आत्मजागृती इंधनासारखी कार्य करते. जी व्यक्ती स्वतःच्या ज्ञानपातळीविषयी जागृत आहे, तिला आपले उद्दिष्ट सहज प्राप्त करता येते.

सत्याचे माधुर्य इतर सर्व स्वादापेक्षा अधिक अविट आहे, अधिक चवदार आहे.

(झेन विचार)

कल्पक अथवा सर्जनशील विचारसरणी

कल्पक विचारसरणी हा व्यवस्थापकाचा तिसरा महत्त्वाचा गुण आहे. व्यवसायाच्या विविध संघर्षमय परिस्थितीमध्ये व्यवस्थापकाला आपला मार्ग शोधावा लागतो. अचूक पर्याय आणि उत्तर शोधावे लागते. यासाठी व्यवस्थापकाने कल्पक विचारसरणीचा वापर केला पाहिजे. ही सर्जनशील विचारसरणी व्यवस्थापकाला विविध प्रतिकूल परिस्थितीमध्ये टिकून राहण्यासाठी, त्याच्याशी

सामना करण्यासाठी उपयोगी पडते. याकरिता आपले कार्य अधिक सक्षमपणे करणारी व्यवस्था आवश्यक असते. जीवनाची कार्यशैली दर्जेदार होणे आणि नीतितत्त्वे व आत्मप्रत्ययाला अनुकूल कृती करणे हे व्यवस्थापकापुढील सर्वांत महत्त्वाचे आव्हान आहे. जो व्यवस्थापक कल्पक विचारसरणीच्या आधारे नवीन पर्याय शोधून तो उपयोगात आणतो, त्याला अवघड परिस्थितीवर मात करता येते.

जी व्यक्ती ऊर्जेने परिपूर्ण आहे, चिंतनशील, कृतिशील, आत्मनियंत्रण ठेवणारी समजूतदार आणि आचरणात नीतिमत्तेची तत्त्वे जोपासना करणारी आहे तिचे वैभव व कीर्ती सातत्याने वाढत जाते.

(आपभद वग्ग)

ज्ञान हा व्यवसायाच्या निर्णयांचा, व्यूहरचनेचा आणि प्रत्येक कृतिशील घटकाचा आधार आहे. ज्ञानाशिवाय कोणतीही मानवी कृती होऊ शकत नाही. व्यवसायाचा कोणताही निर्णय असो, त्याची प्रभावी अंमलबजावणी ज्ञानाशिवाय होऊ शकत नाही. ज्ञान हे व्यवस्थापनाच्या प्रत्येक पातळीवर आवश्यक आहे. केवळ व्यवस्थापक ज्ञानी असून भागणार नाही तर कामगारदेखील विवेकी व ज्ञानी असावा लागतो. स्पर्धेच्या जगात ज्ञानाशिवाय व्यवस्थापकाच्या अस्तित्वाची कल्पना करता येणार नाही. एकप्रकारे ज्ञानाधिष्ठित व्यवस्थापनाची उपयुक्तता व्यवसायाच्या सर्वच घटकांना आवश्यक आहे.

ज्ञान हे दृष्टी (vision) प्राप्त करून देते. ज्याला दृष्टी आहे, तो वेगळ्या प्रकारे विचार करतो. त्याच्या मनावर अज्ञानाची व अदूर दृष्टीची झापड नसते. तो मोकळ्या मनाने विचार करू शकतो. तो अध्ययन प्रक्रिया समजून घेतो व ती आत्मसात करतो. तसेच त्याच्या विचारशैलीत बदल घडून येतो. बोधिसत्त्वांनी ज्ञानप्राप्तीच्या या प्रक्रियेला 'मुक्तीचा मार्ग' मानले आहे.

दुष्कृत्यांचा पश्चात्ताप सर्व पापापासून मुक्ती देतो आणि त्यांचा अभिमान सर्व प्रकारच्या वेदना देतो. मनावर विजय मिळवल्याशिवाय दुष्कृत्यांबाबत खरा पश्चाताप होत नाही.

झेन विचाराची वैशिष्ट्ये

नवनिर्मिती

नियंत्रण

समन्वय

परिवर्तनशीलता

कार्यक्षमता व तत्परता

दायित्वाची भावना

संघवृत्ती

उचित वर्णन

परिपूर्ण ज्ञान

अर्थपूर्ण ध्येय

आदर्श दृष्टी

योग्य जीवितकार्य

यशस्वी व्यवस्थापनाची सृजनात्मक प्रक्रिया

दृष्टी (vision) प्राप्त झालेला मानव नवनिर्मिती करतो. काहीतरी चांगले व महत्त्वपूर्ण कार्य करू शकतो. विकासाच्या प्रक्रियेला अपेक्षित गती देऊ शकतो. तथागतांच्या तत्त्वज्ञानानुसार सम्यक विचारसरणी आणि दृष्टी हाच विकासप्रक्रियेचा आधार आहे. बुद्धांनी सांगितलेली सम्यक विचारसरणी आचरली तर व्यवसायातील प्रगतीचा आणि नवनिर्मितीचा मार्ग संघर्षाशिवाय पार करता येतो. अहिंसा, सत्य, नीतितत्त्व आणि प्रामाणिक विचारसरणीचा प्रगतीशी असणारा संबंध पुरस्कारणारे तथागतांचे तत्त्वज्ञान व्यवसायात यशस्वी होऊ शकते. उचित दृष्टी, पूर्णनिर्धारित ध्येय असल्याशिवाय व्यवसाय मार्गक्रमण करू शकत नाही. योग्य वर्तणूक व संदर्भपूर्ण ज्ञान ही व्यवसायाची प्राथमिक निकड आहे. संघभावना, कार्यक्षमता व नवीन परिवर्तन स्वीकारण्याची इच्छाशक्ती हे घटक व्यवसायाला गती मिळवून देतात. समन्वय, नियंत्रण, प्रगती व नवनिर्मिती यांतून व्यवसायाची अपेक्षित प्रगती साधता येते. या संदर्भाने बोधिसत्त्वप्रणित सम्यक प्रगतीचा मार्ग व्यवसायाला आवश्यक आहे.

व्यवसायाची प्रभावक्षमता, प्रगती, यश आणि बोधिसत्त्वाचे तत्त्वज्ञान

प्रगतीच्या बाबतीत पाश्चात्य इहवादी दृष्टिकोन संख्यात्मक स्वरूपाचा आहे तर भारतीय विचार गुणात्मक आहे. बुद्ध तत्त्वज्ञानानुसार प्रगतीचा अर्थ आत्मोन्नती करणे व मुक्ती प्राप्त करणे होय. ही आत्मोन्नती सम्यक ज्ञान, सम्यक दृष्टी आणि सम्यक विचारसरणी या गुणत्रयीतून प्राप्त होते. सर्वांचे हित साधणारे धोरण आचरणे म्हणजेच व्यवसायाच्या दृष्टीने अपेक्षित यश प्राप्त करणे होय. बोधिसत्त्वांनी सम्यक कसोटी पुढीलप्रमाणे सांगितली आहे :

- जे उचित व अनुचित आहे, त्याचा विवेकपूर्ण विचार करणे.
- निर्णय घेताना तारतम्य आणि लवचिकतेचा वापर करणे.
- मोह आणि अयोग्य गोष्टीचे आकर्षण यांच्यापासून दूर राहणे.
- क्षमा, दया आणि याचना यांना योग्य स्थान देणे.
- आशा, धैर्य आणि सकारात्मक दृष्टी यांना चालना देणे.

ज्या व्यक्तीचे मन खंबीर नाही, ज्याला आत्मनियंत्रणाचे खरे सूत्र व तत्त्व समजले नाही, अशा व्यक्तीचा आत्मविश्वास डळमळीत राहतो. अशी व्यक्ती आत्मनियंत्रण ठेवू शकत नाही. तिला खरे व परिपूर्ण ज्ञान प्राप्त होऊ शकत नाही.

(गीता वग्ग)

सम्यक वर्तनामुळे अनेक व्यावसायिक आणि व्यक्तिगत आव्हानांना तोंड देता येते. व्यवसायाच्या दृष्टिकोनातून सम्यक वर्तन महत्त्वाचे आहे. त्याची लक्षणे पुढीलप्रमाणे सांगता येतील :

- सत्ता, अधिकार, प्रतिष्ठा, धन यांच्या मोहापासून मुक्ती.
- इतरांच्या यशाची, कामगिरीची आणि विजयाची ईर्षा, द्वेष न करणे.
- इतरांच्या यशावर अभिमानाने अथवा गर्वाने उन्मत्त न होणे.
- निराशा, संदेह आणि द्वेष यांनी प्रेरित होऊन वर्तन न करणे.
- अनावश्यक स्पर्धा टाळणे.

सम्यक आचरण ही तथागतांची तिसरी महत्त्वाची शिकवण उचित व्यवस्थापन पद्धती प्रस्थापित करण्यासाठी आवश्यक आहे. कारण केवळ

बुद्धिमत्ता आणि ज्ञान पुरेसे नाही. त्यासोबत त्या ज्ञानाचा योग्य दिशेने आणि कार्यक्षम वापर तितकाच महत्त्वाचा आहे. हा वापर करण्यासाठी व्यवस्थापकाच्या विचारांना कृतीची, आचरणाची जोड असणे आवश्यक आहे. सम्यक आचरण या परिभाषेत खालील कृतींचा समावेश होतो :

- जीवनाचा एक सुदृढ आणि परिपूर्ण दृष्टिकोन विकसित करणे.
- योग्य दृष्टिकोन साध्य करणारे जीवनमान साकारणे.
- बुद्धी, कौशल्ये आणि ज्ञानाचा कल्याणकारी हेतूने वापर करणे.
- आत्मप्रत्ययाला प्राधान्य देणारी उत्तम जीवनकृती स्वीकारणे.
- कार्यावर निष्ठा ठेवून सर्वोत्कृष्टतेचा ध्यास धरणे.
- परस्परविरोधी भावना, हेतू आणि अनुचित आकर्षणांवर मात करणारी आचरण पद्धती पुरस्कारणे.
- नीतिमत्ता आणि हितकारी आचरण हे दैनंदिन कृतीचा भाग करणे.

निर्धारित ध्येयप्राप्तीसाठी बौद्ध तत्त्वज्ञानाची त्रिसूत्री

बौद्ध तत्त्वज्ञान

आदर्श दृष्टी   **अद्ययावत ज्ञान**   **परिपूर्ण नियंत्रण**

ज्ञानाधिष्ठित

आत्मपरिचय

औचित्यपूर्ण कृती

निर्धारित ध्येयप्राप्तीचा ध्यास

बोधिसत्त्वांची नीतिमत्तेची तत्त्वे आणि त्याची व्यावसायिक संघटनेतील उपयुक्तता

'नीतिमत्ता' हा शब्द केवळ सामाजिक व मानवी जीवनाशी संबंधित नाही तर त्याची उपयुक्तता जीवनाच्या सर्वच क्षेत्रांत आहे. व्यवसाय व्यवस्थापनात- देखील अपवाद नाही. ज्या व्यक्ती व्यवसाय संघटनांशी नीतिमत्ता ठेवत नाहीत, त्या संस्था समाजात आपले स्थान दीर्घकाळ टिकवू शकत नाहीत. नीतिमत्ता हा खंबीर व सुदृढ जीवनाचा आधार आहे. समाजाचे नैतिक पतन होणे म्हणजे

सामाजिक स्थैर्य, विकास, प्रगती खंडित होणे होय. नीतिमत्ता हा समाजजीवनाचा प्राथमिक आधार आहे. चांगले, सुदृढ आणि परस्परांना पूरक असणारे जीवन नीतिमत्तेशिवाय साध्य होत नाही. समाजातील नीतिमत्तेचा विकास हा मुख्यत्वेकरून समाजाची विकासाची धारणा, व्यक्ती-व्यक्तींविषयी असणारा दृष्टिकोन, समाजातील विविध संस्था आणि घटक यांचा परस्परांशी असणारा संबंध, यांचा सर्वच नीतिमत्तेशी संबंध असतो. नीतिमत्ता ही बाह्य घटकांतून निर्माण होत नाही तर तिला एक अंतर्गत व आंतरिक आधार हवा असतो. हा आंतरिक आधार व्यक्तीचा सर्वसामान्य नीतिमत्ताविषयी असणाऱ्या मूलावस्था आणि समाजात प्रचलित असणाऱ्या विविध धारणा यांच्याशी संबंधित असतो. व्यक्ती आपला विकास या नीतितत्त्वांच्या माध्यमांतून साध्य करत असते. समाजातील विविध घटकांना हितकारक असणारी रचना केवळ सदृढ नीतितत्त्वांच्या स्वीकृतीतून प्राप्त होते.

अर्थार्जन हा व्यवसायाचा मुख्य हेतू असला तरी तो एकमेव हेतू नाही. कारण अर्थप्राप्तीचा संबंध हितसंवर्धनासाठी आहे. जेव्हा हितसंवर्धन होत नाही, तेव्हा प्राप्त झालेला अर्थ अथवा पैसा उपयुक्तता गमावून बसतो. अर्थ जरी व्यवसायाचा प्रधान हेतू असला तरीही, व्यापक हित आणि विकास हेदेखील तितकेच महत्त्वाचे हेतू आहेत. व्यापक हिताचा संबंध समाजाच्या विविध घटकांशी जोडलेला आहे. तर विकासाचा संबंध व्यवसायाच्या अंतर्बाह्य घटकांशी निगडित आहे. जेव्हा व्यवसायाच्या अंतर्गत व बाह्य घटकांचे रक्षण केले जात नाही तेव्हा व्यवसायाचे अस्तित्व खुद्द तो व्यवसायच धोक्यात आणत असतो. व्यवसाय केवळ लाभाकरिता चालवला जात नाही तर त्यासाठी सामाजिक प्रेरणादेखील आवश्यक व तितकीच महत्त्वाची आहे. समाज आणि व्यवसाय यांचे संबंध परस्परावलंबी आहेत. जी गोष्ट एका समाजाकरिता आवश्यक असते, ती गोष्ट सहसा दुसऱ्या घटकांसाठी उचित ठरू शकत नाही. ज्या निकषांच्या आधारे आपण उचित व अनुचित भेद करतो, त्या निकषांना नीतितत्त्वे असे म्हणता येईल. जॉर्ज स्टेनरच्या मते, "Business ethics is the study of good and evil, right and wrong and just and unjust actions of business people."

एखाद्या संघटनेचे नेतृत्व तथागतांनी कशा प्रकारे केले असते; यादृष्टीने नेतृत्वाचा, तत्त्वज्ञानाचा व विचारांचा सारासार विचार केल्यास तथागतांनी 'आर्य

अष्टांगिक मार्गांचा' स्वीकार केला आहे, हे लक्षात घ्यायला हवे. व्यक्ती ही सद्गुणांनी परिपूर्ण आहे. त्याच्यामध्ये उत्तम व धीट कार्य करण्याची क्षमता आहे, असे मानले आहे. मोह, दुःख, कृतघ्नता आणि ईर्षा या भावनांनी प्रेरित झालेली व्यक्ती आपल्या सद्गुणांना विसरते. व्यक्तीला त्याची जाणीव होत नाही. अशा परिस्थितीत तिची आत्मचेतना जागृत करणे, तिच्या मनात करुणा, दया आणि संवेदनभिन्नता निर्माण करणे म्हणजे खऱ्या अर्थाने त्या व्यक्तीला मनुष्यत्व प्राप्त करू देणे. आत्मोन्नती (Enlightenment)चा मार्ग हा जागृतीतून येतो. आत्मोन्नती ही केवळ व्यक्तीलाच नव्हे, तर समाजाला व संघटनेला आवश्यक असते. यासाठी तथागतांनी सांगितलेला आर्य अष्टांगिक मार्ग जर व्यावसायिक, सामाजिक नेतृत्वाने स्वीकारला तर व्यवस्थापनाचे कार्य कोणत्याही पातळीवरचे असो, त्याला नीतितत्त्वांचे अधिष्ठान प्राप्त होते. त्याशिवाय एक चांगली कार्यसंस्कृती प्रस्थापित होऊ शकत नाही. चिरंतन यश, विकास, प्रगती या सर्वांचा संबंध नीतितत्त्वांवर आधारित कार्यपद्धतीशी आहे. विकासाच्या आर्य अष्टांगिक मार्गांचे तीन विभागात विभाजन करता येईल. हे तीन भाग पुढीलप्रमाणे आहेत :

- **बुद्धिचातुर्य** : बुद्धिचातुर्य म्हणजे आपल्या बुद्धिमतेचा, सत्कृत्यासाठी वापर करणे, यामध्ये तथागतांनी सांगितलेली पुढील दोन मूल्ये समाविष्ट होतात.
  - सम्यक किंवा दृष्टिमान
  - सम्यक किंवा जीवित कार्य

- **नीतितत्त्व** : यामध्ये पुढील चार सूत्रांचा समावेश होतो.
  - सम्यक वाचा
  - सम्यक जीवनपद्धती
  - सम्यक कृती
  - सम्यक प्रयत्न

- **मानसिक जागृती** : यामध्ये दोन सूत्रांचा समावेश होतो.
  - सम्यक मानसिकता
  - सम्यक एकाग्रता

वितंडवाद करणाऱ्या व्यक्ती कधीच योग्य निर्णयाप्रत येत नाहीत. जो स्वतःच्या मताचा विवेकापेक्षा अधिक आग्रह धरतो, त्याला इतरांचे विचार कळत नाहीत, केवळ आपणच एकमेव विद्वान आहोत, ही भावना माणसाला समुद्रात बंदिस्त असलेल्या लहानशा बेटाप्रमाणे इतर सर्वांपासून विलग करते.

(जातक कथा)

तथागतांनी सांगितलेले नेतृत्व अशा प्रकारे या विविध गुणांचा समावेश असणारे हवे. जर नेतृत्वाने अशा प्रकारचा व्यापक दृष्टिकोन स्वीकारला तर ते समाजाला उचित मार्गदर्शन करू शकते. सम्यक नेतृत्वाचे निकष ठरवणारे खालील तीन घटक आहेत :

- व्यावसायिक संघटनेचे कर्मचारी, व्यवस्थापक, ग्राहक यांच्यात एकवाक्यता आहे काय? ते परस्परांशी एकात्मिक दृष्टिमानाने संलग्नीत आहेत काय?
- आपल्या व्यवसायाचे वातावरण व्यवसायाशी संबंधित असणाऱ्या

व्यक्तींना, विशेषतः कर्मचाऱ्यांना सक्षम व सबल करणारे आहे काय? त्यांच्यातील सुप्त गुण व्यक्त होण्याची व विकसित करण्याची संधी देणारे आहे काय?

- आपला व्यवसाय कर्मचाऱ्यांना त्यांच्या अपेक्षा, कल्पना मांडण्याची संधी देतो काय? या कल्पनांना योग्य प्रकारे व्यक्त करण्यासाठी संधी देतो काय? एकप्रकारे संघटनेचे नेतृत्व 'मी' केंद्रित असणारे असू नये. त्यात 'मी'पणाची भावना, अहंभाव असता कामा नये. तर 'मी'च्या जागी 'आम्ही' ही भावना असली पाहिजे.

व्यवसायाच्या व्यवस्थापनाची पाच महत्त्वाची वैशिष्ट्ये लक्षात घेतली पाहिजेत. ही पाच महत्त्वाची वैशिष्ट्ये पुढीलप्रमाणे :

१. ध्येय (Mission)
२. धोरणे (Policy)
३. बाजारपेठ आणि परिसर (Market Place)
४. उत्पादने व सेवा (Products & Services)
५. कार्य पर्यावरण (Work Environment)

■ ध्येय

कोणत्याही व्यवसायाचे ध्येय असे असावे की ज्या परिसरात तो व्यवसाय असतो, त्या समाजाच्या आशा, कल्पना, आकांक्षा यांचे प्रतिबिंब त्यात पडावे.

■ धोरणे

व्यवसायाने आपले धोरण आखताना, सर्व संबंधितांच्या अपेक्षांचे हितसंवर्धन केले पाहिजे.

■ बाजारपेठ आणि परिसर

ज्या परिसरात व्यवसाय केला जातो त्या परिसराच्या गरजा, जीवनशैली व संस्कृतीच्या अनुषंगाने आपला व्यवसाय कार्य करतो की नाही, हे लक्षात घेतले पाहिजे.

■ उत्पादने आणि सेवा

कोणत्याही व्यवसायामध्ये उत्पादन व सेवा यांचा समाजावर अनुकूल परिणाम झाला पाहिजे. ही उत्पादने व सेवा समाजाच्या वास्तविक गरजा पूर्ण करणाऱ्या

असल्या पाहिजेत. उत्पादन व सेवांच्या विक्रीमुळे समाजाचे शोषण होणार नाही, याची दक्षता व्यवसायाने घेतली पाहिजे.

■ कार्य पर्यावरण

व्यवसायाने आपले कार्य करताना सौहार्दपूर्ण कार्यसंस्कृतीची स्थापना केली पाहिजे. व्यवसायातील कर्मचाऱ्यांना अभिप्रेरित करताना त्यांच्या सृजनशीलतेचा पूर्ण उपयोग व्यवसायाने केला पाहिजे.

तथागतांच्या कल्पनेतील आदर्श नेता हा एका योग्य व कर्तव्यनिष्ठ भिक्षूसारखा असतो.

त्या नेतृत्वाची खरी वैशिष्ट्ये पुढीलप्रमाणे :

■ दया व करुणा   ■ सहानुभूती व क्षमाशीलता

■ स्फूर्तिदायी व प्रेरणादायी   ■ समानता व समरसता

चांगले नेतृत्व या चार गुणांवर आधारित असले पाहिजे.

■ दया व करुणा

दया आणि करुणा हे एका चांगल्या भिक्षूचेच गुण नाही तर ते एका चांगल्या नेतृत्वाचे लक्षण आहे. क्षमाशीलता, दया, करुणा, इतरांप्रती आत्मीयता या सर्वच गोष्टी संघटनेच्या, अनुयायांच्या गुणसंवर्धनाला कारणीभूत ठरतात. जो नेता दया व क्षमाशक्तीचे प्रदर्शन करतो, इतरांच्या दोषांना, मर्यादांना समजून घेतो आणि त्या मर्यादांसह त्यांना स्वीकारतो, असा नेता दीर्घकाळ यशस्वी होतो. त्याचा जीवन दृष्टिकोन अनुयायांना आपलासा वाटतो. आत्मीयतेचा एक अदृश्य पण मजबूत बंध निर्माण करण्यात असा नेता नेहमी यशस्वी होतो.

कृतिशील बोधिसत्त्व

एखादे कार्य करताना तुम्हाला अडचण आली, त्रास झाला तर ज्या कारणांमुळे अडचण आली, त्यावर लक्ष केंद्रित करा. संपूर्ण एकाग्रता साधून त्या समस्येचे अध्ययन करा. जणू काही एखाद्या सूक्ष्मदर्शक भिंगाने त्याचा सखोल अभ्यास करीत आहात, त्याप्रमाणे त्या संपूर्ण समस्येचे विविध सूक्ष्मतम पैलू समजून घ्या. ज्या क्षणी त्या समस्येचे हे विविध पैलू व घटक तुम्हाला समजून येतील, त्याबरोबर तुम्ही त्या समस्येकडे सकारात्मक दृष्टीने पाहू शकाल.

■ सहानुभूती व क्षमाशीलता

क्षमाशीलता हे प्रत्येक नेत्याचे खरे वैशिष्ट्य आहे. बुद्धांच्या शब्दांत सांगायचे तर, May all beings enjoy happiness and the root of happiness. जे नेतृत्व आपल्या अनुयायांप्रति व हितसंबंधितांप्रति क्षमाशीलतेची धोरणवृत्ती दर्शवित नाही, त्यांच्या अपेक्षा, गरजा समजून घेत नाही, असे नेतृत्व कितीही कार्यशील व प्रभावी वाटले; तरीही ते दीर्घकाळ यशस्वी होत नाही. जे नेतृत्व गर्व, अभिमान, स्वार्थ यांनी प्रभावित झालेले असते असे नेतृत्व मुक्त व दुहेरी संदेशवहन करू शकत नाही. नेतृत्वाचा खरा गुण क्षमशीलता हाच आहे.

■ स्फूर्तिंदायी व प्रेरणादायी

नेतृत्वाची मानसिक जडणघडण मी काहीतरी करू शकतो अशी असून चालणार नाही, तर आम्ही सर्व मिळून काही करू शकतो, या सूत्रांवर विश्वास ठेवणारी असली पाहिजे. नेत्याचे खरे वैशिष्ट्य म्हणजे तो अनुयायांमध्ये उत्साहाची व आनंदाची वृत्ती निर्माण करू शकतो. परस्परांमधील विद्वेष, आक्रमकता हे दुर्गुण दूर करण्याचे कार्य नेत्याने केले पाहिजे. एक चैतन्यपूर्ण कार्यसंस्कृती नेत्याने निर्माण केली पाहिजे.

■ समानता व समरसता

नेता हा भेदभावाच्या धोरणापासून दूर असला पाहिजे. त्याच्यामध्ये वर्ण, वंश, रंग, भाषा यांसारख्या निकषांवर अनुयायांमध्ये, सहकार्यामध्ये आणि समाजामध्ये भेदाभेद निर्माण करण्याची वृत्ती असू नये. आपले अनुयायी आपल्यासारखेच आहेत, अशी भावना निर्माण करणे महत्त्वाचे आहे. कार्यपरिसर पूर्वग्रहापासून दूर असला पाहिजे. मोकळ्या स्वच्छ आणि नितळ मनाने कार्य करण्याच्या वृत्तीला प्रोत्साहन मिळाले पाहिजे तरच खऱ्या अर्थाने समरसता प्रस्थापित झाली आहे, असे म्हणता येईल. तथागतप्रेरित असलेले धोरण हे भावना, आक्रमकता, पूर्वग्रह, विद्वेष या भावनांपासून मुक्त असले पाहिजे. त्याला सकारात्मक अधिष्ठान असले पाहिजे.

झेन व्यवस्थापन पद्धतीची वैशिष्टे

禪

मूल्याधिष्ठित नेतृत्व, सद्भावना व मानवीय दृष्टिकोन यांचा निर्णय व धोरण निर्धारण प्रक्रियेत वापर करून व्यवसायाची सामाजिक व नैतिक जाणीव अधिक उन्नत करता येते. हीच बोधिसत्त्वाच्या विचारांची व्यावसायिक उपयोगक्षमता आहे. यातूनच मूल्याधिष्ठित नेतृत्वाची निर्मिती होऊ शकते.

(Reading from Buddhism)

बुद्धिमान व्यक्तीने सर्व दिशेने तपास करावा, सर्व तथ्यांची पारख करावी, मगच योग्य-अयोग्यविषयक निर्णय घ्यावा.

(धम्म वग्ग)

तुमच्या अनुयायांना (श्रोत्यांना) व सहकाऱ्यांना अत्यंत स्पष्टपणे व त्यांना समजेल अशा शब्दांत माहिती देणे, हाच संदेशवहनाचा खरा हेतू आहे.

(झेन विचार)

झेन व्यवस्थापनाची सूत्रे वैश्विक स्वरूपाची आहेत. ती सर्वत्र उपयुक्त आणि सर्व प्रकारच्या संस्थांना प्रभावीपणे वापरता येतील. ती सर्वव्यापक

कल्याणकारक सृजनसूत्रे आहेत. अल्बर्ट लो याच्या शब्दांत –

'स्वतःचे अंतःकरण समजून घेण्यासाठी आपल्या अंतःकरणाच्या खोलवर दडलेल्या खऱ्या भावनांना जाणून घेण्यासाठी व एखाद्या कृतीची सत्यता समजून घेण्यासाठी झेनकृतीला पर्याय नाही. झेनकृतीच्या साहाय्याने प्राप्त शक्ती जणू काही मनाच्या अंतरंगात झालेल्या गुलाबपुष्पासारखी परिपूर्ण आणि सौंदर्यसंपन्न असते. खरी झेनकृती मनाला व कृतीला संपूर्ण अर्थ व समाधान प्राप्त करून देते.'

—— 禅 ——

जी व्यक्ती इतरांचा अकारण अपमान करते, अपशब्दांचा वापर करते आणि त्यांच्या चांगुलपणाकडे दुर्लक्ष करते, ती स्वतःचेच दोष दाखवत असते. अशी व्यक्ती इतरांचा अपमान करीत नसते तर स्वतःच्या मनाची व विवेकाची हत्या करीत असते.

(झेन विचार)

मनाच्या नियंत्रणाशिवाय सर्व काही वृथा आहे. ज्याला स्वतःचे मन समजले आहे, त्याला स्वतःवर नियंत्रण ठेवता येते. तोच खरा जगज्जेता आहे, असे झेनचे तत्त्वज्ञान सांगते. यासुतानी झेनचे हे सूत्र पुढील शब्दांत सांगितले आहे –

जोपर्यंत आपल्याला मन व विचार केंद्रित करण्याची, त्यांना संपूर्णपणे नियंत्रित करण्याची कला प्राप्त होत नाही, तोपर्यंत आपण इंद्रजित होऊ शकत नाही. लोभ व द्वेषाची बंधने यांना आपण बळी पडतो. व्यक्तिमत्त्वाचा खरा विकास व आत्मोन्नतीचा मार्ग या बंधनांना तोडल्यानंतरच प्राप्त होतो. मन, कृती व विचार यांतील एकरूपता सिद्ध झाल्याशिवाय समर्थ मन व अर्थपूर्ण कृती निर्माण होत नाही.

मुक्ती ही जागृतीनंतरची अवस्था आहे. जो जागृतावस्थेत पोहोचला आहे, तोच मुक्तीच्या मार्गांचा प्रवासी होऊ शकतो. तोच खरोखर इतरांना चेतवू शकतो.

कृतिशील बोधिसत्त्व

रिट्झ कार्लटन हॉटेल आणि व्यवसायाचे जीवित ध्येय –

रिट्झ कार्लटन हॉटेलची स्थापना १८८३मध्ये झाली. एका विशिष्ट ध्येयाने प्रेरित होऊन हे कार्य चालू आहे. त्या हॉटेलच्या कार्यपद्धतीचा मूलाधार पुढील शब्दांत हॉटेलचे मुख्य व्यवस्थापक बी. जॉन्सन यांनी व्यक्त केला आहे-

The Ritz Calton Hotel is a place where the service, care and comfort of our guests is our highest mission. He pledges to promise to be the first personal service and facilites for our guests who will always enjoy a warm, relaxing, yet refined ambience.

आपले हे ध्येय पूर्ण करण्यासाठी कार्लटन हॉटेलच्या व्यवस्थापकांनी एक प्रभावी व्यवस्थापकीय पद्धती स्वीकारली. आपले प्रत्येक कार्य नेमकेपणा, अचुकता, तत्परता आणि श्रेष्ठत्व या निकषांवर खरे उतरले पाहिजे यासाठी त्यांनी आग्रह धरला. आज कार्लटन हॉटेल सर्वश्रेष्ठ व्यवस्थापन पद्धती व सर्वाधिक ग्राहक समाधान देणारी संस्था म्हणून परिचित आहे.

इतरांना प्रेरणा देऊ शकतो. जो चैतन्यपूर्ण आहे, तोच चेतनानिर्मिती करतो.

हे झेन सूत्र अत्यंत महत्त्वाचे आहे. व्यवस्थापनाच्या शब्दांत, जो स्वतः अभिप्रेरित आहे तोच इतरांना प्रेरणा देऊ शकतो. खरा व्यवस्थापक स्वतः जागृत असतो, अभिप्रेरित असतो. त्याला त्याच्या उद्दिष्टांची ध्येयाची नेमकी जाणीव असते आणि म्हणूनच तो आपल्या अनुयायांची प्रेरणादायी व चैतन्याने भारावलेली टीम निर्माण करू शकतो.

या संदर्भात झेन तज्ज्ञांनी संगीतकाराचे उदाहरण दिले आहे. ते लक्षणीय आहे आणि खरोखरच चिंतनीयदेखील आहे. संगीताच्या एखाद्या रचनेची आपण कल्पना करू या. संगीताची एक रचना ही संगीतकाराची निर्मिती आहे, त्याचे कर्म आहे. आपण संगीताची निर्मिती कशा प्रकारे करावी, हे संगीतकाराने ठरवायचे असते. त्यासाठी तो विशिष्ट प्रकारची वाद्यरचना, कल्पना आणि प्रतिभा यांचा मुक्तपणे वापर करू शकतो. त्यातून निर्माण झालेल्या संगीतरचनेत मग तो

पुन्हा बदल करू शकतो. संपूर्ण संगीतरचना तो नव्याने आयोजित करू शकतो किंवा त्यातील काही भाग पुन्हा रचनाबद्ध करू शकतो; परंतु प्रत्येक वेळी त्या संगीताची रचना करण्यासाठी त्याने घेतलेले परिश्रम, एका नवीन संगीताची निर्मिती करीत असतात. प्रत्येक संगीतरचना स्वतंत्र आणि परिपूर्ण असते. ती नावीन्य आणि प्रतिभा यांचा महत्त्वाचा आविष्कार असते. चांगले संगीत परिपूर्ण असते, संपूर्ण असते. त्यात एकता आणि विविधतेचा समन्वय झालेला असतो. संगीतकार या विविध संगीतरचनांपैकी त्याला योग्य वाटणारी, विशिष्ट आणि दर्जेदार वाटणारी संगीतरचना स्वीकारतो, तिला मान्यता देतो. जे योग्य आहे त्याची तो निवड करतो. श्रेष्ठ संगीत साधे, सरळ आणि दर्जेदार असते. हाच नियम व्यवस्थापकीय वर्तणुकीलाही लागू पडतो. चांगले व योग्य निर्णय घेण्यासाठी, दर्जेदार नियोजन करण्यासाठी आणि नेमके तंत्र स्वीकारण्यासाठी व्यवस्थापकाला विविध पर्यायांचे आणि कर्माचे मूल्यमापन करावे लागते. योग्य व श्रेष्ठ दर्जाचे कर्म कोणते, याची परीक्षा करावी लागते. आणि मग त्यातूनच सर्वोत्कृष्ट निर्णयाची, नियोजनाच्या आराखड्याची, नियंत्रणाच्या पैलूची निवड त्यास करता येते. याच प्रकारे व्यवस्थापक आपल्या कार्यास न्याय देऊ शकतो. आपल्या भूमिकेला आणि कर्तृत्वाला योग्य आकार देऊ शकतो. एका झेन सूत्रामध्ये हा मुद्दा अचूकपणे मांडण्यात आला आहे.

कृतिशील बोधिसत्त्व

जो व्यवसाय किंवा संस्था बुद्धप्रणित तत्त्वज्ञानावर आधारित असते, त्याची ठळक वैशिष्ट्ये पुढीलप्रमाणे सांगता येतील :

- या संस्थांमध्ये एक विलक्षण ऊर्जात्मक आणि चैतन्यपूर्ण कार्यपर्यावरण असते. सर्वांना सन्मानपूर्वक वागणूक व समानसंधी प्राप्त होते.
- विविधता आणि कल्पकता ही व्यवसायाची ठळक वैशिष्ट्ये मानली जातात.
- ग्राहक लाभार्थी आणि संस्थेचे हितसंबंधी यांच्या अपेक्षा व विचारांचा पूर्ण सन्मान केला जातो.
- समाज आणि पर्यावरणाच्या सर्वकष विकासासाठी विविधांगी प्रयास केले जातात.

> ### कृतिशील बुद्धाचे व्यवस्थापन
>
> आपल्या संस्थेत/संघटनेत कार्य करताना उचित जीवनक्रमाचा स्वीकार प्रत्येकाने केला पाहिजे. त्यासाठी बोधिसत्त्वाचे तत्त्वज्ञान अत्यंत उपयुक्त आहे. संस्था कोणतीही असो. कार्याचे स्वरूप काहीही असो, खालील प्रश्नांची उत्तरे तुम्हाला सकारात्मक प्राप्त होतात काय, याचा आढावा घ्या.
>
> - तुमच्या कार्यस्थळावर तुमचे दैनंदिन जीवन कशा प्रकारे व्यतीत करता ?
> - तुमचा वेळ आणि कृती सकारात्मक उद्दिष्टांना प्रोत्साहन देणारी आहे काय ?
> - तुम्हाला कार्य करताना समाधान मिळते काय ?
> - तुम्हाला तुमच्या कृतीमधून आत्मोन्नतीचा आनंद प्राप्त होतो काय ?
> - तुम्ही आपल्या कार्यस्थळावरील वातावरणात आनंद आणि सौहार्दाचे वातावरण निर्माण करण्यात तुम्ही सहभागी असता काय ?
> - तुमच्या कार्यातून, वर्तन व निर्णय पद्धतीतून उचित मूल्यांची निर्मिती होते काय ?
> - तुम्ही आपल्या कार्यस्थळावरील सहकारी, अनुयायी यांना अभिप्रेरित करण्याचे कार्य करता काय ?

For the truly enlighted man subjection of the law of cause and effect, and freedom from it are but one truth.

संघटनेतील संघर्ष हे मुख्यत्वेकरून कार्यकारणामधील संतुलन बिघडण्यामुळे निर्माण होतात. विशिष्ट गोष्ट सर्वांच्या संमतीने व्हावयास हवी असेल तर त्याबाबत एककल्ली पद्धतीने निर्णय घेणे, हुकुमशाही वृत्तीने संघटनेचा कारभार चालवणे, संसाधने आणि साहित्याचे असंतुलित वितरण करणे या सर्वच घटनांनी संघटनात्मक विकासाचे चक्र योग्य प्रकारे चालत नाही. त्यास विरोध आणि अडचणींच्या संघर्षांचा सामना करावा लागतो.

धम्मपदामध्ये या संदर्भात एक उपयुक्त सूत्र सांगितले आहे –

All that we are is the result of our ideas and their expression. It is founded on these ideas; it is made up to them

प्रत्येक क्रिया ही कार्ये आणि उत्पादने निर्माण करते. त्यातून रचना आणि संरचनांची निर्मिती होते. आपली वर्तणूक आणि बांधिलकी या कर्मांना आणि रचनेला प्रमाणभूत असते, त्याला अनुरूप असते.

झेनवादी बुद्धज्ञान हे आजच्या व्यवस्थापकीय समस्यांचे नेमके निदान करणारे आणि व्यवस्थापकीय प्रक्रियांना समजून घेणारे तत्त्वज्ञान आहे. ते व्यवस्थापकीय विचारसरणीला व्यापक आधार प्राप्त करून देणारे तत्त्वज्ञान आहे. या तत्त्वाचा स्वीकार करून व्यवस्थापक आपल्या संघटनेच्या उद्दिष्टांची पूर्तता करणारे, संघटनेच्या तत्त्वज्ञानाला नेमकी दिशा देणारे कार्य करू शकतो.

◯

संघटनेचे विज्ञान आणि बोधिसत्त्वाचे तत्त्वज्ञान

नीतिमत्ता व आत्मभान ठेवून व्यवसाय करणे अवघड आहे, पण असंभव नाही.

(धम्मपद)

मन हे मूलतःच चंचल आहे, त्याला नियंत्रणात ठेवणे विलक्षण अवघड आहे. ते सतत विविधांगी विचार करते आणि म्हणून शहाण्या व्यक्तीप्रमाणे त्याचे नियंत्रण ठेवू या. त्यातूनच सुख व आत्मिक आनंद प्राप्त होतो.

(गीता वग्ग)

संघटनाशास्त्र हे संपूर्ण शास्त्र आहे. संघटना ही अनेक व्यक्तींच्या एकत्रित प्रयत्नांतून निर्माण होणारी जैविक रचना आहे. संघटना केवळ एकत्र येऊन स्थापन होत नाही. संघटनेची निर्मिती केवळ साधनांच्या सामूहिक वापरातून होत नाही. संघटननिर्मिती ज्या घटकाने व मूल्याने होते त्यामध्ये नीतितत्त्वांचा, मानवी मूल्यांचा मुख्यत्वेकरून समावेश होतो. संघटना मानवी हितासाठी सामूहिकरित्या प्रयत्न करणारी संस्था होय. व्यक्ती जेव्हा संघटनानिर्मितीसाठी एकत्र येतात, तेव्हा आपल्या भावना, अपेक्षा, आवडीनिवडी आणि मनोवृत्ती यांच्यासह येतात. परिणामतः, संघटना आणि व्यक्तीमध्ये एक अदृश्य परंतु अतूट संबंध

असतो. व्यक्तीच्या काही अपेक्षा संघटनेच्या ध्येयातून यशस्वी होतात. तसेच संघटनेची उद्दिष्टे, मूल्ये व कार्यपद्धती व्यक्तींच्या काही कृती व निर्णयातून व्यक्त होत असतात. जेव्हा व्यक्ती व संघटना यांमध्ये संपूर्णपणे सामंजस्य व एकरूपता प्रस्थापित होत नाही, तोपर्यंत व्यक्ती व संघटनामध्ये दुरावा कायम असतो व त्याचा परिणाम संघटनेच्या प्रभावक्षमतेवर व कार्यावर होत असतो.

भारतीय तत्त्वज्ञानात एकरूपता आणि एकात्मतेला विशेष महत्त्व आहे. बौद्ध तत्त्वज्ञानाने तर अहिंसा, सत्य, अस्तेय आणि परिग्रह या मूल्यांना विशेष महत्त्व दिले आहे. हीच मूल्ये संघटना व व्यक्तींमधील संबंधांना बळकट करणारी असतात. कित्येक शतके अत्यंत पद्धतशीरपणे चालणारे बौद्धविहार, व्यक्ती व संघटना यांच्या, परस्परांमधील विश्वासाचे खरे प्रतीक आहे. व्यक्तीच्या वर्तनाचा संघटनेवर प्रभाव पडतो. संघटनेच्या मूल्यांचा व्यक्तीच्या व्यक्तिमत्त्वावर प्रभाव पडतो. या दोन्ही बाबींचा विचार केल्यास संघटनानिर्मितीसाठी व्यक्तीनिर्मितीची प्रक्रिया महत्त्वाची ठरते. निष्ठा, विश्वास, बांधिलकी आणि ठरावीक तत्त्वांवरील श्रद्धा यांच्या आधारेच सुदृढ संघटनेची निर्मिती होऊ शकते.

संघटनेच्या निर्मितीत नीतितत्त्वाचे महत्त्व

संघटनानिर्मिती नीतितत्त्वाशिवाय होऊ शकत नाही. संघटना ही केवळ साधनांच्या साहाय्याने प्रस्थापित होत नाही, नीतितत्त्व हे संघटनेच्या पायाभूत आधाराचे

कृतिशील बोधिसत्त्व

मॅसेच्युसेटस् येथील एका प्रथितयश कापड व्यवसायाचा एरीन फ्युटेस्टीन हा व्यवस्थापक मालक होता.

या कापड गिरणीला अचानक आग लागली आणि त्या स्फोटात ती संपूर्ण कापड गिरणी खाक झाली. त्यानंतर एरीनने केवळ ती गिरणी पुन्हा निर्माण केली नाही तर तोपर्यंत कामगारांना पूर्ण वेतन दिले आणि त्यांचे संरक्षण केले.

व्यवसाय जेव्हा स्वतःच्या सीमित हिताचा व विहित स्वार्थाच्या संकुचित मर्यादांच्या पलीकडे जाऊन विचार करतो तेव्हा खऱ्या अर्थाने त्या व्यवसायामार्फत मानवीय हितांचा विचार करणारे व्यवस्थापन केले गेले, असे मानता येईल.

कार्य करते. जी संघटना नीतितत्त्वांशिवाय कार्य करते, तिला दीर्घकाळ अस्तित्व टिकवून ठेवता येत नाही. तिला अपयशाचा सामना अल्पावधीतच करावा लागतो. अशा संघटना पत्त्याच्या बंगल्याप्रमाणे सहजपणे उन्मळून पडतात. त्यामुळे संघटना धार्मिक असो, व्यावसायिक असो, शासकीय असो त्यांना नीतितत्त्वाचा आधार असला पाहिजे. त्यांचे कार्य नीतितत्त्वांच्या माध्यमातूनच झाले पाहिजे. चांगल्या संघटना सुदृढ नीतितत्त्वांसाठी प्रसिद्ध असतात. या संघटना त्यांचे ग्राहक, हितसंबंधी, कर्मचारी यांच्या हिताचा आणि ध्येयसंवर्धनाचा अग्रक्रमाने विचार करतात. ज्या संघटना नीतितत्त्वाचे नियम आणि प्रमाणित कार्यपद्धतीचा स्वीकार करतात, अशा संघटनांना उज्ज्वल भविष्य असते. अशा संघटना, जरी प्रारंभिक स्वरूपात मंदगतीने कार्य करीत असल्या, तरी त्या यथावकाश आपल्या ध्येयापर्यंत पोहोचतात. केवळ उद्दिष्टप्राप्तीसाठी नीतितत्त्वांचा त्याग करणाऱ्या संघटना यश आणि नैतिकता दोन्हींपासून वंचित राहतात.

'ऑलॉक्रिटी' ही एक वास्तुनिर्माण क्षेत्रातील एक भारतीय संघटना. ऑलॉक्रिटीने आपली व्यावसायिक कार्यपद्धती पूर्णतः नैतिक तत्त्वांवर आधारित ठेवली. एका बांधकाम प्रकल्पात विविध शासकीय विभागांनी प्रमाणपत्र देण्यास विलंब केला, त्या वेळी कंपनीने ग्राहकांना त्यांचे सर्व पैसे परत दिले व प्रकल्प बंद केला. तसेच कंपनीने बांधलेल्या गृहप्रकल्पांना नगरपालिकेने निकृष्ट दर्जाचा पाणी पुरवठा केला, त्या वेळी तो पाणीपुरवठा बंद करून कंपनीने स्वतः दर्जेदार पाणीपुरवठा करणारी नवीन यंत्रणा प्रस्थापित केली व ग्राहकांचे रक्षण केले.

बोधिसत्त्वाच्या तत्त्वज्ञानात नीतितत्त्वाचे श्रेष्ठत्व आणि त्याची संघटनात्मक दृष्टी यांना महत्त्वाचे मानले आहे. बौद्ध तत्त्वज्ञानात काही नीतितत्त्वांचा सातत्याने पुरस्कार केला आहे. या नीतितत्त्वाचे बौद्ध तत्त्वज्ञानातील स्थान अत्यंत महत्त्वाचे आहे. ही नीतितत्त्वे संघटनेला आणि सामूहिक जीवनाला अधिक सशक्त, समृद्ध आणि परिपूर्ण करतात. ही नीतितत्त्वे पुढीलप्रमाणे सांगता येतील :

बौद्ध तत्त्वज्ञानातील नीतितत्त्वे

- स्वयंशासन
- बंधुभाव

- वैचारिक विविधता आणि लवचिकता
- अनासक्त वृत्ती
- नैतिकतेचे अधिष्ठान असणारे नेतृत्व
- समन्वय
- शांतता आणि पर्यावरणाविषयी जागृती
- विश्वास

■ स्वयंशासन

बौद्ध तत्त्वज्ञानात 'स्वयंशासन' व 'आत्मनियमन' हे अत्यंत महत्त्वाचे मूल्य मानले आहे. व्यक्तिगत जीवनात सामूहिक स्वयंशासनाला विशेष महत्त्व आहे. स्वयंशासन म्हणजे समाजाने अथवा शासनाने व संघटनेने नियम निर्धारित केल्याशिवाय आपल्या जीवनाला उचित वळण लावणे, विचारांना एक निश्चित दिशा देणारी जीवनशैली स्वीकारणे. आत्मनियमन, सामाजिक जीवनाविषयी जाणीव आणि त्यांचे निष्ठापूर्ण पालन करणे, हाच आत्मनियमनाचा आधार मानला आहे. ज्या वेळी व्यक्ती आत्मनियमन करते त्या वेळी त्यामध्ये बदल होतो. संघटनांमध्ये नीतितत्त्वांचे आपोआपच स्वाभाविकपणे पालन होते.

आत्मनियमनातून संघटनात्मक शिस्तीचे अधिकच चांगल्या प्रकारे पालन केले जाते. ज्या वेळी व्यक्ती स्वयंशिस्तीचे पालन करतात, त्या वेळी ते संघटनेच्या नियमांचे स्वाभाविकपणे अनुसरण करतात. त्यांना बाह्य शिस्तीची आवश्यकता जाणवत नाही. जर संघटनेमध्ये शिस्त, नियमांचे पालन यांचा पुरस्कार करावयाचा असेल, तर आत्मनियमनाच्या शक्तीला प्रोत्साहन दिले पाहिजे. जो स्वयंशिस्तीचे पालन करतो त्याला बाह्य शिस्तीची तमा बाळगावी लागत नाही. इतरांना शिस्त लावण्यासाठी स्वयंशिस्तीचे पालन केले पाहिजे. स्वयंशिस्त ही तीन कृतींमधून प्राप्त होते. त्या कृती पुढीलप्रमाणेः

१. आत्मनियमन   २. आत्मविश्वास   ३. शिस्तबद्धवृत्ती

जिथे स्वयंशिस्त नसते तिथे अव्यवस्था, विलंब, दिरंगाई, अकार्यक्षमता दिसून येण्याची शक्यता वाढते. त्यांसोबत व्यक्ती व गटांमध्ये निराशा, स्वार्थ संशयाची भावना, द्वेष, मोह, क्रोध, आणि नैराश्याची भावनाही दिसून येते. ज्या संघटनांमध्ये शिस्तीचे वातावरण असते त्यांना अंतिम ध्येय प्राप्त करता येते. शिस्त आणि नियमांचा पुरस्कार करणाऱ्या संघटना आपल्या मानवी संसाधनाचा पर्याप्त वापर करतात. अशा संघटनांचे नेतृत्व प्रभावी असते. कर्मचाऱ्यांना

प्रोत्साहन देणे, आपल्या कार्यामध्ये श्रेष्ठत्वाची भावना रुजवणे शक्य होते आणि व्यक्ती व समूहात एकरूपता आणणे शक्य होते.

▪ बंधुभाव

तथागतांनी बंधुभाव, सौहार्द आणि मैत्रीपूर्ण भावना यांचा पुरस्कार केला आहे. त्यांनी आपल्या संपूर्ण तत्त्वज्ञानात द्वेष व वैर, स्वार्थ यांचा धिक्कार केला आहे. ज्या समाजात वैरभावना, द्वेष आहे. त्या समाजात एकोप्याची आणि संघभावनेची कृती जोपासली जाऊ शकत नाही. इतरांचे भले करण्याची, कल्याण करण्याची वृत्ती बंधुभावातून होते. कोणतीही संघटना असो, मग ती सामाजिक, जनहित कार्य करणारी असो, शासकीय असो बंधुभाव असल्याशिवाय ती एकरूप होऊन कार्य करू शकत नाही. आपल्या ध्येयाप्रति तादात्म्य वृती निर्माण न होता कार्य करणाऱ्या संघटना दीर्घकाळ टिकणारे यश प्राप्त करू शकत नाही. विचारांतील लवचिकता आणि सहजता हा बोधिसत्त्वाच्या तत्त्वज्ञानातील महत्त्वाचा घटक आहे, त्याचे महत्त्व समजून घेतले पाहिजे. केवळ बोधिसत्त्वाचे तत्त्वज्ञानच नव्हे तर इतर सर्वच तत्त्वज्ञानात, संघटन शास्त्राच्या आधुनिक सिद्धान्तांमध्ये विचारांमधील लवचिकता महत्त्वाची मानली आहे.

▪ वैचारिक विविधता आणि लवचिकता

संघटना ही विविध घटकांचे एकत्रीकरण असते. त्यामध्ये विविध प्रकारच्या व्यक्ती कार्य करीत असतात. संघटना ही एखाद्या कुटुंबासारखी असते, त्यात व्यवस्थापक, कामगार, अधिकारी हे सदस्य असतात. या सर्व सदस्यांना आपले मत, विचार मांडण्याचा अधिकार असतो. जोपर्यंत ही मते मांडण्याचा अधिकार या घटकांना मिळत नाही, तोपर्यंत विचारांचे आदानप्रदान मुक्तपणे होत नाही आणि अर्थातच संघटनेतील घटकांना आपले कार्य योग्य प्रकारे करता येत नाही. लवचिकता हाच संघटनेच्या सशक्ततेचा आधार आहे. ही लवचिकता विचार आणि कृतीच्या मुक्त आचरणातून होते. मानवी संसाधनांचे जर योग्य व्यवस्थापन करावयाचे असेल तर ही लवचिकता आवश्यक असते.

आज समाजात, देशात सर्वत्र संदेहाचे, कलहाचे आणि अविश्वासाचे वातावरण आहे. त्यांवर मात करण्याचा मार्ग म्हणजे सहिष्णुवृत्तीचा स्वीकार करणे. ही सहिष्णुवृत्ती विवेकाला आवाहन, विचारांना प्रोत्साहन देते आणि सौहार्दपूर्ण वातावरणाला प्राधान्य देते.

■ अनासक्त वृत्ती

अनासक्त वृत्ती ही चांगल्या, आदर्श आणि खऱ्या व्यवस्थापनाची ओळख आहे. अनासक्तवृत्तीतून मोह, द्वेष आणि लोकांवर नियंत्रण ठेवता येते. अनासक्तवृत्तीमुळे संघटनेत विवेक, संयम आणि संतुलन साधता येते. विविध प्रकारच्या भावना आणि साधनांना योग्य प्रकारे दिशा द्यावयाची असेल तर अनासक्तवृत्ती आवश्यक आहे. अहंकार आणि आसक्ती यांमुळे संघटना अथवा व्यक्ती आपल्याला हवे तसे वेगवेगळे कार्य करतात. ज्याला बोधिसत्त्वांनी अयोग्य कर्म म्हटले आहे. प्रभावी कामगिरी करायची असेल आणि सकल गुणवत्ता तत्त्व व्यवस्थापनात समाविष्ट करावयाचे असेल तर अनासक्तवृत्ती आवश्यक आहे.

■ नैतिकतेचे अधिष्ठान असणारे नेतृत्व

नैतिकतेवर आधारित 'नेतृत्व' हा प्रत्येक संस्थेचा, संघटनेचा, समाजाचा, कुटुंबाचा पाया आहे. संघटना जोपर्यंत संघटन कौशल्ये, मूल्ये, नीतितत्त्व यांचा उचित समुच्चय करित नाही, तोपर्यंत तिची रचना प्रभावी होत नाही. संघटनेचे नेतृत्व ज्या मूल्यांचा पुरस्कार करणारे असेल त्याच दिशेने संघटनेचा प्रवास होतो. संघटनेची कार्यक्षमता, उत्पादकता व प्रगती ही नेहमीच मूल्याधिष्ठित असते. जर नेतृत्वाला नीतितत्त्वाची जाण नसेल तर संघटना आपला अपेक्षित प्रभाव प्रस्थापित करू शकत नाही. नीतितत्त्वाचा पुरस्कार करणारा नेता हा आपला प्रभाव दीर्घकाळ

कृतिशील बोधिसत्त्व

फिशर आणि पॅकेल यांची नीतिमत्तापूर्ण धोरणे

फिशर आणि पॅकेल ही न्यूझीलंडमधील गृहोपयोगी वस्तुनिर्माण करणारी प्रथितयश कंपनी.

सन १९९० मध्ये कंपनीने एक नवीन निर्माणी एकक स्थापन केले. जुन्या गृहोपयोगी वस्तू ग्राहकांकडून परत घेणे व त्यांचा पुनरुपयोगासाठी (recycle) वापर करणे, हा त्या कारखान्याचा उद्देश आहे. कंपनीने रेफ्रिजरेटरमधील (CFC) हा पर्यावरण दूषित करणारा वायू वापरणे पूर्णतः थांबवले. तसेच ग्राहकांचे समाधान करतानाच पर्यावरणाचे रक्षण व संवर्धन करणाऱ्या विविध उपाययोजना केल्या आणि सार्वजनिक हितासाठी कार्य करणारी नामवंत कंपनी म्हणून नावलौकिक प्राप्त केला.

प्रस्थापित करतो. तो आक्रमकपणे आपले कार्य करीत नसला तरी तो आपल्या संथ, निश्चयी वृत्तींतून संघटनेचा विकास साध्य करतो. वरन बेनिस यांच्या मते, "संघटनेच्या अपयशाचे सर्वांत महत्त्वाचे कारण काय असेल तर नीतितत्त्वाचा अभाव असणारे नेतृत्व होय." जोपर्यंत नेतृत्व नीतितत्त्वाचा पुरस्कार करत नाही, तोपर्यंत ते संघटनेला दुबळे करत असते. नीतितत्त्वांचा पुरस्कार करणारा नेता कठोर निर्णय घेतो, ज्ञानाचा उचित वापर करतो. सहिष्णुता, सहानुभूती, दयाशील वृत्ती आणि भावनात्मकता यांचा आपल्या कार्यांत समावेश करतो. तो आत्मकौशल्य आणि प्रशासकीय कौशल्यात प्रबळ असतो. एकप्रकारे नीतितत्त्वांचा पुरस्कार करणारा नेता खऱ्या नेतृत्व गुणांचे प्रदर्शन करतो.

■ समन्वय

जेव्हा दोन व्यक्तींपेक्षा अधिक व्यक्तीसमूह घटक म्हणून कार्य करतात, त्या वेळी त्यांच्या कार्यांत समन्वय साधणे हे अत्यंत महत्त्वाचे व आव्हानाचे कार्य आहे. हा समन्वय केवळ कृतिपुरताच सीमित नसतो तर यामध्ये हित साधणे आवश्यक असते. यात नेतृत्वाने करावयाचे महत्त्वाचे कार्य म्हणजे समन्वयाला प्रोत्साहन देणे होय. चांगला नेता जेथे शक्य आहे, तेथे आपले कार्य योग्य प्रकारे होण्यासाठी समन्वयाला अधिक महत्त्वाचे कार्य मानतो.

कृतिशील बोधिसत्त्व

धम्म विहारांचे नेतृत्व कोणी करावे हे सांगताना बोधिसत्त्वांनी ज्या गुणांचा पुरस्कार केला आहे ते गुण व्यावसायिक संघटनांनादेखील लागू आहेत. या गुणांमध्ये पुढील घटकांचा समावेश होतो :

- आपल्या सहकाऱ्यांना, अनुयायांना उचित प्रकारे प्रोत्साहित करणे, अभिप्रेरित करणे.
- उत्तम व दर्जेदार कामगिरीसाठी आग्रह धरणे.
- नेतृत्वाचे खरे कार्य हे मनोबल टिकवून ठेवणे आहे. चांगले नेतृत्व संघटनेत स्थैर्य आणि समानता प्रस्थापित करण्यासाठी आग्रह धरते. त्यासाठी अनुयायांच्या मनोबलाचे संवर्धन झाले पाहिजे. अनुयायांनी आपले कार्य पूर्ण आत्मविश्वासाने केले पाहिजे, अशा विचारांचे समर्थन करणे.

■ **शाश्वतता आणि पर्यावरणाविषयी जागृती**

शाश्वतता हा संघटनेचा आत्मा मानला पाहिजे. अल्पकाळात यशस्वी होणाऱ्या संघटनेला बऱ्याचदा दीर्घकाळापर्यंत यश टिकवून ठेवता येत नाही. संघटनेला एक शाश्वत प्रतिमा निर्माण करावयाची असेल तर तिचे चारित्र्य, स्वरूप, नीती याबाबत विश्वास निर्माण झाला पाहिजे. शाश्वत स्वरूपात निर्माण होणाऱ्या संघटना या चिरंतन जीवनमूल्यांचा पुरस्कार करतात. निष्ठा, परस्पर सहकार्य, शिस्त आणि समाजाच्या हिताची जाणीव ही संघटनेची मूलभूत मूल्ये व सूत्रे असली पाहिजेत. जी संघटना शिस्तीचा पुरस्कार करीत नाही, मूलभूत जीवनमूल्यांचा स्वीकार करीत नाही, त्या संघटनेला चिरंतन यश मिळू शकत नाही. शाश्वत यश हे मूल्यसंवर्धनातून प्राप्त होत असते. कारण, काळाच्या ओघात संघटनेच्या कार्यपद्धतीत बदल होऊ शकतात. व्याप्ती, उत्पादने व सेवा यांचे स्वरूपही बदलू शकते; परंतु जीवनमूल्ये मात्र कायम, शाश्वत असतात. संघटनवृत्ती, अभिप्रेरण आणि कामगिरी ही शाश्वत प्रेरणेतून प्राप्त होत असते.

■ **विश्वास**

संघटनेच्या विकासातील सर्वांत महत्त्वाचे मूल्य म्हणजे विश्वास होय. जेव्हा विश्वासाचे सूत्र समजून घेतले जाते तेव्हा संघटनांचा विकास होत असतो. अविश्वास, संदेह यांमुळे संघटनेत दुरावा निर्माण होतो, त्या संघटनेतील एकी नष्ट होत जाते. संघटनेला अपेक्षित दिशा देणारे सुदृढ व्यवस्थापक प्राप्त होत नाहीत. हे टाळायचे तर संघटनेतील प्रत्येक सदस्यांमध्ये आत्मीयतेची व एकतेची भावना रुजली पाहिजे. त्याच वेळी नेतृत्वाने आपल्या अनुयायांमध्ये विश्वासाची भावना व संघटनेची वृत्ती निर्माण केली पाहिजे. याकरिता अधिकाराचे अंतःकरण व अभिप्रेरण या दुहेरी कार्याला चालना दिली पाहिजे.

आदर्श भिक्षू हा आदर्श नेत्यासारखा असतो. बोधिसत्त्वांच्या मते, "ज्याच्या वर्तणुकीत पारदर्शकतेला आणि शुद्धतेला विशेष महत्त्व असते, तो आपल्यासमोर येणारी आव्हाने जाणून घेतो. तो त्वरित प्राप्त होणाऱ्या अल्पकालीन लाभाच्या मोहात पडत नाही तर स्व-दीर्घकालीन हिताचे रक्षण करणाऱ्या प्रामाणिक हेतूंचा पाठपुरावा करतो. उत्तम कृती, वाचाशुद्धी या सूत्रांचा जो स्वीकार करतो, तो आपला विचार आणि कृती या अयोग्य भावना आणि हेतूपासून संरक्षित करतो. सतत जागरूक व संचेत असतो व नेहमीच समाधानी असतो."

महा वग्गामध्ये दुःख निवारणाचे आणि करुणा निवारणाचे सूत्र पुढील शब्दांत सांगितले आहे :

- *शरीराच्या अज्ञानापासून मन, वाचा, सिद्धीचे ज्ञान प्राप्त करणे.*
- *वाचा व मनाच्या शुद्धीतून चेतनेची प्राप्ती करणे.*
- *चैतन्याच्या साध्यातून विविध स्वरूपाच्या साध्याची प्राप्ती करणे.*
- *चेतनेच्या साधनेतून दृष्टी, श्रवण, स्पर्श, आणि विचारांची शुद्धी करणे.*
- *विचारांच्या शुद्धीतून भय, मृत्यू, दुःख, यातना आणि निराशेतून मुक्ती करणे.*

(महा वग्ग १.१, १-२)

महा वग्गाच्या दुसऱ्या एका सूत्रात दुःख आणि वेदनेच्या मुक्तीचा मार्ग बोधिसत्त्वांनी पुढीलप्रमाणे सांगितला आहे : या सूत्रानुसार 'अज्ञानाच्या विनाशातून मनाची मुक्ती प्राप्त करता येते. मनाच्या शुद्धीतून चेतनेचा मार्ग मोकळा होतो.'

चांगले वर्तन कोणते, असा प्रश्न राजगृहातील वनात, सीगल नावाच्या व्यक्तीला बोधिसत्त्वांनी केला. तेव्हा त्याला बोधिसत्त्व म्हणाले, "जेव्हा तू आपल्या सभोवतालच्या गोष्टी पारदर्शकपणे पाहू शकतो व स्वतःला मोहापासून दूर ठेवतो तेव्हाच तुझे वर्तन चांगले आणि आचरण उत्तम असते." चार कुवर्तन म्हणजे द्वेष, मूर्खपणा, स्वार्थ व भेदभाव. जर तुझ्या वर्तनावर या चार वर्तनाचा प्रभाव नसेल तर तुझे वर्तन चांगले.

बोधिसत्त्वांना आळस व कामचुकारपणा अमान्य आहे. त्यांनी नेहमीच कार्यरत असणाऱ्या व्यक्तींचा सन्मान करावा, असे सांगत चांगल्या कार्यसंस्कृतीचा विचार वेळोवेळी व्यक्त केला आहे. आळशी व्यक्ती कोणत्या दोषांनी ग्रासली जाते यावर तथागत म्हणतात, "आळशी व्यक्ती नेहमी भुकेने ग्रस्त असते. ती आळसामुळे अर्थार्जन करू शकत नाही. ती कुसंगतीत गुंतलेली असते. परिणामतः, ती दरिद्री होते. दरिद्री झाल्याने तिचे मन निराशेने ग्रासलेले

असते. जी व्यक्ती निराशेने व दारिद्रयाने ग्रासलेली असते ती सकारात्मक विचार करत नाही. परिणामतः, ती काही प्राप्त करण्यापासून अपरिचित, अपयशी राहते.”

सीगलवदसुत्तामध्ये तथागतांनी कृतिशील व्यक्तीचे समर्थन केले आहे. त्यांच्या मते, जी व्यक्ती कृतिशील असते, ती भूतकाळातील यशाने भारावलेली नसते. ती केवळ पोकळ आश्वासनांनी व आशेने प्रभावित झालेली नसते. ती कोणत्याही गोष्टींचा अतिरेक करत नाही. याउलट, तिचे लक्ष उचित व योग्य कार्याकडे असते. ती स्तुतिपाठकात अडकत नाही. ती आपल्यासमोर स्तुती करणाऱ्या व पाठीमागे निंदा करणाऱ्या अनुचित व्यक्तींपासून दूर राहते. अशा व्यक्तीला वास्तववादी जगणे आवडते.

चिंतनाची चार अंगे

禪

बोधिसत्त्वांनी मनन, चिंतन, अध्ययन व ध्यान ही चार महत्त्वाची अंगे सांगितली आहेत. जी व्यक्ती चिंतन, मनन व ध्यान करते, तिला या चार घटकांचा लाभ होतो. प्रथमतः ती ऊर्जेने परिपूर्ण होते. दुसरा महत्त्वाचा लाभ म्हणजे तिचा विचार व दृष्टिकोन स्पष्ट असतो. तिसरा लाभ म्हणजे ती आपल्या कृतीविषयी, तत्त्वाविषयी जागृत असते. चौथा महत्त्वाचा लाभ म्हणजे तो आपल्यासमोर येणाऱ्या आव्हानांना समजू, जाणू शकते. चिंतनशील व्यक्ती साहस, धैर्य, धाडस अशा विचारांच्या शुद्धतेने परिपूर्ण असते. तेच तिचे खरे सामर्थ्य असते.

(मज्यमिनिकाय ३.८)

धम्मपदात सदाचरणाचा उपदेश करताना तथागत म्हणतात, “ज्याप्रकारे राजहंस सूर्यप्रकाशाच्या माध्यमातून आपला मार्ग शोधतात व उंच उंच उडत जातात, त्याचप्रमाणे व्यक्तीदेखील उत्तम गुणांचा व आचरणाचा स्वीकार करून वाईट गोष्टींवर मात करू शकते. आपल्या आत्मोन्नतीचा व वैचारिक प्रगतीचा मार्ग धरू शकते.

(धम्मपद १७२-१७८)

बुद्धांनी आनंदी जीवन जगण्याचे सूत्र एका सोप्या; परंतु आचरणीय सूत्रातून सांगितले आहे, जेव्हा एखादी व्यक्ती दुसऱ्याचा पराभव करून स्वतःला विजयी मानते, तेव्हा ती द्वेषाला जन्म देते. ती कधीच संतुष्ट नसते. ती दुःखाला जन्म देते व तिचे मन दुःखाने भरलेले असते म्हणून इतरांचा पराभव करून, खरा विजय मिळत नाही. इतरांना मागे टाकून समोरच्या व्यक्तीचा विश्वास संपादन करणे म्हणजे खऱ्या अर्थाने विजयी, आनंदी होणे होय.

नियंत्रण कशावर असले पाहिजे हे सांगताना तथागत म्हणतात, "आपल्या हातांवर नियंत्रण असावे म्हणजे हात दुष्कृत्य करणार नाहीत, आपल्या पायांवर नियंत्रण असले पाहिजे म्हणजे ते वाममार्गाला जाणार नाहीत, आपल्या जिभेवर नियंत्रण असले पाहिजे म्हणजे ते अपशब्द बोलणार नाहीत, आपल्या भावनांवर नियंत्रण असले पाहिजे म्हणजे ते इतरांचा अपमान करणार नाहीत."

जी व्यक्ती मन, वाचा व कृती यांवर नियंत्रण ठेवू शकते, तीच आत्मनियंत्रण करते. ज्या व्यक्ती आत्मनियंत्रण करतात त्या व्यक्ती इतरांचे नेतृत्व करू शकतात. त्यांनी निवडलेला मार्ग सर्वोत्तम असतो. आत्मनियंत्रण करणाऱ्या व्यक्ती समाजाला मार्गदर्शन करू शकतात. आत्मनियंत्रण ही भिक्षूंची खरी ओळख आहे.

'स्वतःला ओळखा', असा संदेश तथागतांनी वेळोवेळी दिला आहे. ज्याला आत्मपरिचय झाला आहे, त्याचा आत्मोन्नतीचा मार्ग मोकळा आहे. जी व्यक्ती स्वतःला ओळखते तीच 'अस्तेय' आणि 'अनासक्तीचा' मार्ग स्वीकारू शकते. ज्याला सम्यक सत्याचा परिचय झाला आहे, अशी व्यक्ती बुद्धांनी सांगितलेल्या सम्यक मार्गाचा स्वीकार करते, तो स्वतःचा राजा असतो. अशीच व्यक्ती यशस्वी होऊ शकते.

(धम्मपद १७)

तथागतांनी ज्ञानाचे चार प्रकार सांगितले आहेत. दृश्य ज्ञान, सापेक्ष ज्ञान, परिपूर्ण ज्ञान आणि आत्मज्ञान.

तथागतांच्या मते, "या सर्व प्रकारच्या ज्ञानाची आवश्यकता आहे. व्यक्ती केवळ एकाच प्रकारचे ज्ञान प्राप्त करून शहाणी किंवा विवेकी होत नाही."

■ दृश्य ज्ञान

आपल्या अवतीभवती व परिसरात दिसणाऱ्या वस्तू यांपासून ज्ञान प्राप्त होत असते. या ज्ञानाला परिपूर्ण ज्ञान समजणाऱ्या व्यक्ती अविवेकी असतात.

■ सापेक्ष ज्ञान

सापेक्ष ज्ञान असणाऱ्या व्यक्ती आपल्या परिसरात असणाऱ्या वस्तू, व्यक्ती, घटना यांतील संबंध जाणून घेतात. त्यांना त्याची परिणिती लक्षात येते. सापेक्ष ज्ञान असणारी व्यक्ती आपल्या संबंधांना समजून घेते. अशी व्यक्ती विवेकी असते. ती तर्काचा योग्य वापर करते.

■ परिपूर्ण ज्ञान

परिपूर्ण ज्ञान म्हणजे जेव्हा व्यक्ती विचारांची उन्नत अवस्था प्राप्त करते, तेव्हा तिला विविध घटना, व्यक्ती व वस्तूंमधील संबंध लक्षात घेता येतो. तिला विवेकाच्या अंतःमार्गातून सत्य-असत्यात भेद करता येतो. एखाद्या घटनेच्या अस्तित्वाचा कार्यकारणभाव प्रस्थापित करता येतो.

■ आत्मज्ञान

आत्मज्ञान म्हणजे घटना, व्यक्ती आणि परिसराच्या पलीकडे जाऊन विचार करणे. तिला मोह, क्रोध, स्वार्थांच्या पलीकडे जाऊन विचार करता येतो. तिला दुःखाचे खरे कारण समजते. दुःख व वेदनांवर मात करण्याची कला करुणेतून प्राप्त होते. अशी व्यक्ती खरी आत्मज्ञानी होय.

आपले कार्य कसे असावे याविषयी बोधिसत्त्वांनी कार्यावतार सूत्रामध्ये अत्यंत समर्पक शब्दांत विचार व्यक्त केले आहेत. या सूत्रांनुसार 'आपला प्रत्येक शब्द काळजीपूर्वक उच्चारला पाहिजे. शब्दाचा अर्थ व विचार यांमधील तर्क स्पष्ट असला पाहिजे. त्याला विवेकाची जोड असली पाहिजे. आपला शब्द इतरांना ऐकावासा वाटला पाहिजे. त्यात करुणा, दया, सहानुभूतीचा अंश असला पाहिजे. इतरांवर मात करण्याची भावना नसली पाहिजे, तर इतरांना आपल्यात सामावून घेण्याची कामना असली पाहिजे.'

क्रोधाचे कारण आणि त्याचा परिणाम

तथागतांनी क्रोध हे सर्व विनाशाचे व द्वेषाचे मूळ मानले आहे. कारण जेव्हा व्यक्ती क्रोधित होतो तेव्हा त्यातील पशू जिवंत होते. तो आपल्या क्रोधावर नियंत्रण ठेवू शकत नाही. क्रोध क्रोधाला जन्म देतो. क्रोधातून कोणाचेही हित

साधले जात नाही, तर आपल्या परिसरातील घटकांवर त्याची वाईट गडद छाया पसरत जाते. क्रोध हेच एक दुष्कृत्य आहे आणि या दुष्कृत्यातून अनेक दुष्कृत्य जन्माला येतात. क्रोधित व्यक्ती आपल्या मूळ भावना विसरून जातो. त्याचे विचार, वाचा, कृतींवरील नियंत्रण नष्ट होते. क्रोधित व्यक्तीवर न रागवता त्यावर दया दाखवली पाहिजे. क्रोधाला कमी करण्याचा एकच मार्ग म्हणजे क्रोधित व्यक्तीला दया दर्शवणे. त्याच्याविषयी करुणा दाखवणे.

मोह आणि त्याचा परित्याग

'बोधी कार्यावतारात' तथागतांनी 'आसक्ती' आणि 'मोहाचे' योग्य विश्लेषण केले आहे. प्रत्येकाला आपण स्वामित्वाखाली असणाऱ्या सत्ता साधनांचा मोह असतो. या मोहावर विजय मिळवणे म्हणजे खऱ्या अर्थाने मुक्त होणे होय. साधने अथवा संपत्ती प्राप्त करणे गैर नाही; परंतु साधन व संपत्तीमध्ये जो सुख शोधतो तो इतरांशी वैर मांडतो, साधनाला जीवन मानू लागतो, समतेचे तत्त्व विसरतो इतरांना कमकुवत मानतो यातूनच संताप व द्वेष निर्माण हातो.

आभास समजून घेणे

आपण एका आभासी जगात वावरत असतो. आपले जीवन हाच एक आभास आहे. या आभासावर मात करण्याचा मार्ग म्हणजे आत्मचेतना जागृत करणे होय. आभास कशातून निर्माण होतो तर मोहातून. आभास स्वार्थ व लालसेतून निर्माण होतो. जे मला हवे ते मिळवलेच पाहिजे, अशा प्रेरणेतून प्रेरित झालेली व्यक्ती आभासी जगाला जवळ करते. त्यामध्ये समस्या शोधू लागते. त्यातून चेतनेचा नाश होतो. आभास समजून घेणे म्हणजे चेतनेला जागृत करणे होय.

महायान सूत्रामध्ये ज्ञानाची एक उत्कृष्ट कल्पना मांडण्यात आली आहे. या कल्पनेच्या मते, आत्मोन्नती व आत्मप्रत्यय केवळ साध्य नाही. विविध सिद्धान्त माहीत झाले म्हणजे खरे ज्ञान प्राप्त होत नाही. ज्यांना हे सिद्धान्त समजून घ्यावयाचे आहेत, त्यांनी त्याचे अनुसरण केले पाहिजे. त्यांनी त्याची व्यवहारी उपयुक्तता जाणून घेतली पाहिजे. दीर्घोद्योग, जिद्द आणि प्रयत्नांच्या माध्यमांतून आपल्यासमोरील आव्हानांच्या समस्या सोडवता येतात. त्यातून मार्ग काढता येतो. अनेक अवघड वाटणारी आव्हाने किरकोळ वाटू लागतात. आव्हानांविषयी असणारी भीती कमी होऊ लागते. खरे आत्मज्ञान म्हणजे प्रयास आणि अनुभूती यांचा संगम आहे.

कृतिशील बोधिसत्त्व

डे चॉकोलेट उच्च नीतिमत्तापूर्ण धोरण

डे चॉकोलेट ही एक नामवंत ब्रिटिश कंपनी आहे. कंपनीने सामाजिक दायित्व व उचित व्यापार पद्धतींचा स्वीकार केला आहे. त्यासाठी विविध कल्पक व समाजहितोपयोगी प्रकल्प कंपनीने राबवले आहेत. आफ्रिकेतील चुकीच्या सदोष चॉकोलेट उत्पादनपद्धती विरुद्ध कंपनीने मोहीम राबवली व त्यातील अमानवीय पद्धती दूर करण्यासाठी विशेष प्रयास केले. उचित व्यापारपद्धतीच्या माध्यमातून कंपनीने एक उत्तम व्यापारी वातावरण निर्माण केले. जाहिरातीमधील स्त्री-प्रतिमांचा अनुचित वापर करण्यावर स्वतःचे निर्बंध लावले. तसेच लहान मुलांना मोहित करणाऱ्या गैरप्रवर्तन पद्धती वापरणे बंद केले.

सृजनशील विचारसरणी आणि झेन

禅

“एखादे कार्य करण्याची तुम्हाला पूर्णतः परिचित असणारी पद्धत डोळ्यापुढे आणा. त्या पद्धतीने ठरावीक कार्य केल्यास कोणत्या टप्प्याने जावे लागेल, कोणत्या किमान घटकांची गरज आहे आणि कोणाचे सहकार्य लागेल याची सूची करा. ज्या क्षणाला ही संपूर्ण कार्यपद्धती व तिचे टप्पे तुमच्या डोळ्याला दिसू लागतील त्यातील अडचणी, मर्यादा यांचा तुम्हाला अंदाज येऊ लागेल. त्या वेळी थांबा, मग पर्यायी मार्गाचा व कार्यपद्धतीचा विचार करा आणि नंतर योग्य मार्गावरच पुनश्च विचार करा.”

(Sinchi Inoue, Putting Buddhism to work)

दिवसातून एक क्षण, काही वेळ आपल्या कृती, निर्णय यांच्या आढाव्यासाठी काढून ठेवा. आपण एखादे काम का केले? त्याची परिणती काय झाली? आपले हेतू, ध्येय आणि कार्य यांत साधर्म्य व एकरूपता साधली आहे काय? याचा विचार करा. त्यात अपेक्षित साधर्म्य नसेल तर निराश होऊ नका, तर यासाठी काय करावे लागेल, याचा पुन्हा एकदा विचार करा आणि कामाला लागा. परिवर्तन टप्प्याटप्प्याने होते. एका क्षणात व एकाच कृतीत होत नाही.

मन जेव्हा सक्रिय असते, तेव्हा ते विविध प्रकारच्या आमिषांचा, प्रतिमांचा, भावनिक आकर्षणांचा विचार करीत असते. परिणामतः, सामान्यपणे सोप्या वाटणाऱ्या पर्यायांचा सहज साध्य उद्दिष्टांचा ते चटकन विचार करते. जे आवडते, आकर्षक वाटते ते चांगले आहे, तेच योग्य आहे, असा विचार मन करते. आव्हाने, समस्या आणि परिसरातील जटिल समस्यांचा ते योग्यप्रकारे विचार करण्यास फारसे उत्सुक नसते. वास्तविक, प्रत्यक्ष आणि मूलभूत समस्यांकडे दुर्लक्ष करण्याची भावना त्यातूनच निर्माण होते.

झेन गुरू हा आपल्या शिष्यांत पूर्णत्वाची भावना निर्माण व्हावी यासाठी प्रयत्न करतो. पूर्णत्व आणि एकरूपता हीच बुद्धाची मूळ शिकवण, याची जाणीव निर्माण करणे हेच झेन गुरूचे खरे कर्तव्य आहे. संशयाची निर्मिती व निरसन हे यासाठी अत्यंत आवश्यक आहे. प्रत्येक व्यक्तीने त्याच्या मनातील संशयाचे, संदेहाचे पिशाच्च आधी मारले पाहिजेत. त्याशिवाय त्याचा सत्याशी वास्तवाशी आणि संपूर्णत्वाशी परिचय होऊ शकत नाही.

झेन गुरूंनी कोणतीही समस्या आणि प्रश्नाचे उत्तर शोधण्यासाठी दोन मार्गांचा पुरस्कार केला आहे. एकतर स्वतःस विविध संदेह, आत्मपीडा आणि गोंधळाच्या वातावरणाची अनुभूती देणे आणि त्यातून आत्मशुद्धी प्राप्त करणे, झेनच्या आत्मशुद्धीचा दुसरा मार्ग म्हणजे 'को आन'. 'को-आन' म्हणजे प्रश्नाचे उत्तर शोधण्याची पद्धत. बऱ्याचदा एखाद्या समस्येची नेमकी परिभाषा करता येत नाही. एकमेव असे उत्तर नसते. 'हो' किंवा 'नाही' असे स्पष्ट उत्तर देता येत नाही. अशा वेळी 'को-आन' हाच उत्तर शोधण्याचा मार्ग आहे. आयुष्यात काही प्रश्न टाळता येत नाहीत. काही अडचणी व समस्या सरळमार्गी नसतात. त्यांना एकमेव आणि निश्चित अथवा अंतिम उत्तर नाही. सर्वोत्तम असा पर्याय नाही. या समस्यांचे उत्तर शोधण्याचा मार्ग म्हणजे 'को-आन'. बऱ्याचदा 'को-आन' तंत्राचा वापर आपल्या शंकांचे आणि संदेहाचे निदान करण्यासाठी करता येतो. आपले मत ज्या कल्पनारम्य आणि विचित्र गोष्टींभोवती पिंगा घालते. आंतरद्वंद्वांशी सामना करते, ज्या विविध कोड्यांनी अवघड व आव्हानात्मक समस्यांनी अस्वस्थ होते, त्या वेळी उत्तर शोधण्याचा मार्ग 'को-आन' आहे. गर्व, आत्मप्रौढी, स्वतःविषयीचे गैरसमज यांमुळे व्यक्तीस परिस्थितीचे नेमके आकलन करता येत नाही. त्यामुळे 'को-आन' हा समस्यांची परिभाषा करण्याचा, स्वतः परिस्थितीला आणि जगाला समजून घेण्याचा, एका निश्चित स्वरूपात

पाहण्याचा निरपेक्ष मार्ग आहे. मनातील गैर व अवांच्छनीय विचार, अयोग्य व घातक प्रवृत्ती यांवर नियंत्रण ठेवण्याचा मार्ग म्हणजे 'को-आन'. द्विधा मनःस्थिती आणि सहजपणाने उलगडणाऱ्या समस्यांची खरी ओळख करून घेण्याचा किंवा त्यांना उचित उत्तर शोधण्याचा मार्ग म्हणजे 'को-आन'.

या 'काहीतरी आहेचा' त्याग हा संघर्षातून होतो. आपला स्वार्थ, संकुचित स्वत्वाची भावना आणि कल्पना यांनी आपण आपले मन दूषित करतो. त्याचा त्याग करता आला पाहिजे. द्विधा मनःस्थिती आणि द्वैताची भावना यांवर मात करता आली पाहिजे. आपण या विश्वातील सर्वोच्च शक्ती आहोत, आपला पराभव कोणी करू शकत नाही. कारण आपले सामर्थ्य संघर्षाकरिता नाही तर निर्मितीकरिता आहे, उन्नतीकरिता आहे. चैतन्याच्या आणि सामर्थ्याच्या निर्मितीकरिता आहे, याची जाणीव नेहमी आपणास असली पाहिजे. झेन ही मानसिक साधना आहे. तिला आदि आणि अंताची बंधने नाहीत. सुरुवात आणि शेवट नाही. साधकाने झेनचा मार्ग स्वीकारला की तो साधनेच्या मार्गाने सतत पुढेच जाणार. आपले वैचारिक सामर्थ्य तो बाढवणार, विचारांच्या आणि चौकटीबद्ध सिद्धान्ताच्या मर्यादांनी तो स्वतःचे विश्व बंदिस्त करणार नाही. जागृती हाच झेनचा खरा अर्थ आहे; परंतु प्रत्येकाची जागृतीची अवस्था भिन्न असू शकते व प्रत्येकाची मानसिकता आणि वैचारिक पातळीही वेगळी असू शकते.

○

तथागतप्रणित व्यवस्थापनाची तत्त्वप्रणाली

एखादा निर्णय घेण्यासाठी, कृती करण्यासाठी जी विविध कारणे तुम्हाला योग्य वाटतात, औचित्यपूर्ण वाटतात, त्यांची सूची करा. त्या कृती किंवा निर्णयाबाबत कठीण किंवा अशक्य वाटणाऱ्या कारणांची सूची करा. मग त्याबद्दल सकारात्मक दृष्टिकोन तयार करणे ही अवघड समस्या मी सोडवू शकतो, या प्रश्नावर तोडगा निघू शकतो, या समस्येचे समाधान होऊ शकते, असा विचार करून त्याबाबत पर्याय, उत्तरे शोधण्याचा प्रयास करा.

(झेन विचार १७)

दुष्कृत्ये ही वाईट कार्ये असतात. इतर कोणताही डाग धुतला जाऊ शकतो; परंतु दुष्कृत्याचा डाग मात्र कायम राहतो.

(धम्मपद १८)

■ आर्थिक सुबत्ता आणि बोधिसत्व

बोधिसत्यांनी आर्थिक तत्त्वांचा विचार मांडला आहे. त्यांना केवळ आर्थिक सामाजिक, सांस्कृतिक, मानसिक विचारांची जोड लाभली आहे. गौतम बुद्धांनी

एक वेगळे परिमाण लागू केले आहे. मनाची उच्चतर प्रगतीची अवस्था प्राप्त झालेली व्यक्ती म्हणजे 'मनुस्स' होय. जेव्हा एखादी व्यक्ती अपार क्षमतेचा, योग्य गुणांचा वापर करून उच्चतर जीवनावस्था प्राप्त करतो तेव्हा तो मनुस्स होतो.

बुद्धकालीन भारतीय साहित्यामध्ये अर्थकारण, समाजकारण या दोन पातळ्यांवर विचार केला आहे. त्यात नीतिमत्ता, धम्म व विवेकावर आधारित समाजरचनेला विशेष महत्त्व आहे. तथागतांनी मानवाला प्राप्त होणाऱ्या यशाच्या या दोन पातळ्या स्वतंत्र आहेत, असे मानले आहे. यातील पहिली पातळी म्हणजे 'अथ्य' त्याचा अर्थ 'यश' करता येईल किंवा सर्वोच्च यश असा करता येईल. तर व्यक्तीला जीवनात यशस्वी व्हावयाचे असेल, त्याला आत्मप्रत्यंतर आधारित यश प्राप्त करावयाचे असेल तर त्याने तात्कालिक, संकुचित यशाचा विचार करू नये. त्याने चिरंतन विकासाचा, यशाचा (उत्तमत्वाचा) विचार केला पाहिजे.

नेत्याचे कार्य दृष्टिकोनामधील मूल्ये अनुयायांना पटणारी, मान्य होणारी आणि त्यांच्या आशाआकांक्षाना पूर्ण करणारी असली पाहिजेत.

▪ अमर्याद सृजनशीलता

नेत्याने संस्था विकासासाठी आपल्या कौशल्याचा, बुद्धिमत्तेचा व सृजनशीलतेचा परिपूर्ण वापर केला पाहिजे. त्याच्या कार्यशैलीत आणि दृष्टिकोनात सृजनशीलता, नावीन्य आणि कल्पनेचा समावेश असला पाहिजे.

▪ करुणा आणि औदार्य

संघटना केवळ शिस्त, कठोर वृत्ती आणि नियमांच्या बंदिस्त चाकोरीचा अवलंब करून विकसित होत नाही तर त्यासोबतच अनुयायांतून आत्मीयता, दया, स्नेहभावना तितकीच महत्त्वाची आहे. जोपर्यंत ते अनुयायांना जाणवत नाही, त्यांना त्याची अनुभूती येत नाही तोवर अनुयायी व नेत्यांमध्ये सकारात्मक अनुबंध प्रस्थापित होत नाही.

▪ समयोचित दृष्टिकोनाचा स्वीकार

कालसंगतता हे चांगल्या नेतृत्वाचे वैशिष्ट्य आहे. जे नेतृत्व समायोचित दृष्टिकोनाचा स्वीकार करते, ते सामान्यपणे अधिक प्रभावी असते. कालबाह्य झालेल्या मूल्यांना कवटाळून फार काळ यशस्वी होता येत नाही. याउलट, अशा संघटना त्यांची उपयोगिता संपुष्टात आल्यामुळे बऱ्याचदा नष्ट होतात.

मनाची संस्कृती समजून घेण्याची कला म्हणजे मनन होय. यासाठी बुद्ध तत्त्वज्ञानात 'भावना' हा शब्द वापरला आहे. भावना म्हणजे मनाच्या सकारात्मक कल्पक आणि विवेकपूर्ण क्षमतेला चालना देणे होय. 'आपले कार्य कशा प्रकारे प्रभावी करता येईल, याची नेमकी जाणीव करून देणारी मनाची क्षमता म्हणजे भावना होय.' जसे की, एखादे पुस्तक वाचणे व समजणे यांमध्ये फरक आहे. पुस्तक वाचले व त्यातील शब्दन् शब्द पाठ केला तरीदेखील त्याचा अर्थ कळत नाही. पुस्तकातील प्रत्येक वाक्यांवर कृती करूनदेखील अपेक्षित समाधान साधता येत नाही. सूत्रांना व्यवहारात आणावयाचा प्रयत्न करणे म्हणजे जागृती व जाणीव निर्माण होणे नाही. जेव्हा सूत्रे हृदयाला कळतात, त्याच्यामागील भावना व विचार यांचे अचूक आकलन आपल्याला होते आणि आपली कृती व परिणाम यांच्यात समन्वय साधला जातो, त्या वेळी त्याचा अर्थ समजला आहे, असे म्हणता येईल. कार्य करणे व प्रभावीपणे कार्य करणे या दोन कृतींमधील अंतर कमी करण्याचे काम झेन तत्त्वज्ञान करते.

प्रभावी कार्य म्हणजे काय, या विषयी पीटर ड्रकर यांनी पुढील शब्दांत आपले मत व्यक्त केले आहे.

"Effectiveness reveals itself as crucial to a man's self development; to organization development and to the fulfillment and viability of modern society" -Peter Drucker

— 禪 —

एकदा एक प्रसिद्ध व विद्वान झेनगुरू आपल्या शिष्यांना उपदेश करताना म्हणाला, "खऱ्या तथागताला जाणून घ्या, तो तुमच्या मनातच दडला आहे."
त्याच्या उपदेशाचा एका शिष्यावर विशेष प्रभाव झाला. तो वनात आत्मज्ञान प्राप्त करण्यासाठी निघून गेला. वर्ष लोटली. त्या आत्मज्ञानाच्या शोधात गेलेल्या शिष्याची एका दुसऱ्या शिष्याशी भेट झाली. आपण एवढी वर्ष तपस्या केली, गुरूंच्या उपदेशाचे पालन केले, मग आपल्याला खचितच आत्मज्ञान प्राप्त झाले असणार, असे त्याला वाटत होते. त्याने आपल्या सहकाऱ्याला विचारले- "गुरूचा उपदेश काय आहे?"

झेनचे तत्त्वज्ञान हे कार्याच्या पद्धती व प्रभाव यांना विशेष महत्त्व देते. एखादा चित्रकार जेव्हा अत्यंत उत्तम चित्र काढतो तेव्हा त्याच्या कलेतील प्रभाव हा कुंचल्यामध्ये किंवा रंगाच्या डब्यांमध्ये दडलेला नसतो, तर त्याला चित्राची प्रतिमा जितकी स्पष्ट दिसते तितकेच त्याचे चित्रही प्रभावी होते. त्याला चित्राचा मथितार्थ जितका जास्त समजला असेल तितकाच तो चित्र चांगले काढू शकतो. चित्रकाराचे वैशिष्ट्य हीच त्याची प्रभावक्षमता आहे आणि ही प्रभावक्षमता आत्मसात करणे म्हणजे कार्य प्रभावीपणे करणे.

एक झेन कथा लक्षात घेण्यासारखी आहे. उत्तम स्वयंपाकी आपला चाकू वर्षातून एकदा बदलतो. कारण तो त्याचा उपयोग स्वयंपाक करण्याचे कौशल्य संपादन करण्यासाठी वापरतो; परंतु साधारण स्वयंपाकी आपला चाकू दर महिन्याला बदलतो. कारण तो त्याचा वापर भाजी कापण्यासाठी करतो. ज्याला आपला कार्याचा हेतू समजला आहे, तोच ते कार्य प्रभावीपणे करतो.

झेन तत्त्वज्ञानाची खरी व्यावसायिक उपयुक्तता आणि अंमलबजावणी करावयाची असेल तर खालील सूत्रे व्यवस्थापकाने लक्षात ठेवली पाहिजे.

- सुस्पष्टतेचा मार्ग
- कृतीचा मार्ग
- प्रामाणिकतेचा मार्ग
- विचारपूर्वक कृतीचा मार्ग
- अंतःप्रेरणेचा मार्ग
- सृजनशीलतेचा मार्ग
- प्रभावी व्यवस्थापनाचा मार्ग

■ सुस्पष्टतेचा मार्ग (The way of Clearity)

झेनचे तत्त्वज्ञान खरोखरच अमलात आणावयाचे असेल तर आपल्या विचारांत सुस्पष्टता असणे आवश्यक आहे. एका झेन गुरूंच्या शब्दांत सांगावयाने तर— झेन एक प्रकारे मनाला स्पष्ट विचारांचे प्रशिक्षण देते. मनातील वैचारिक गोंधळ दूर करण्याचे व आपला आकलनातील गोंधळ काढून टाकण्याचे सामर्थ्य झेन

"to thine on own self to true,
And it must follow, as the night the day,
Thou canst not then be false to any thing

तत्त्वज्ञानात आहे. स्पष्ट मत कसे असते? तर ते एका निर्मळ आरशासारखे असते. त्यामध्ये केवळ प्रतिमेचे पूर्ण व स्वच्छ प्रतिबिंब दिसते. ही प्रतिमा आपल्याला वस्तुस्थितीची जाणीव करून देते. स्पष्ट मनाला जाणीव सहजपणे होते. एका इंग्लिश तत्त्वज्ञाच्या शब्दांत सांगायचे झाले तर–

It would be a pity it nothing were done, because not everything can be done.

■ कृतीचा मार्ग (The way of Action)

कार्य करण्याचे विविध मार्ग उपलब्ध असतात. कोणतेही कार्य वेगवेगळ्या पद्धतीने पूर्ण करता येते. जोपर्यंत आपण आपला योग्य मार्ग निवडत नाही, तोपर्यंत आपण आपली क्षमता पूर्णपणे जाणून घेत नाही. कृती करण्यासाठी काय करावयास हवे? याचे उत्तर झेन गुरूंनी दिले आहे. एका समर्पक वाक्यात हे उत्तर मिळते–

Know the smallest things and the biggest things, the shallowest and the deepest.

झेन गुरूंच्या मते, प्रभावी कृती करण्यासाठी व्यक्तीला आपल्या कृतीच्या हेतूचे आणि परिसराचे संपूर्ण ज्ञान असले पाहिजे. क्षमता आणि पात्रता ठरवणारा घटक म्हणजे कृतीपाठीमागील तर्काची आणि विवेकाची जाणीव. कोणतीही कृती म्हणजे व्यूहरचना. समशेर बहाद्राचे सामर्थ्य हे तलवारीच्या धारेत नसते, तर समशेर पकडणाऱ्याच्या मुठीत असते.

■ प्रामाणिकतेचा मार्ग (The way of Sincerity)

एका झेन गुरूनी आपल्या अनुयायाला एक साधा व महत्त्वाचा प्रश्न विचारला, 'फुलाकडे कसे पाहायचे, हे तुला समजले आहे का?' आणि त्या अनुयायाला खरे ज्ञान झाले.

कृतिशील बोधिसत्त्व

झेन कृती कशी असते, हे समजून घ्यावयाचे असेल तर खालील नऊ सूत्रे आपण लक्षात घेतली पाहिजे :

- अप्रमाणिक विचार करू नका.
- प्रत्येक कौशल्य हे प्रशिक्षणाचे फलित आहे; म्हणजेच कृतीचा मार्ग निवडण्यापूर्वी याविषयी योग्य ज्ञान व कौशल्य प्राप्त करा.
- कोणत्याही कृतीला एक कला समजा आणि त्यात प्रभुत्व मिळवा.
- प्रत्येक कृतीची व्यावसायिक दृष्टिकोनातून विविध अंगे जाणून घ्या.
- कोणत्याही कृतीचा बरेवाईटपणा समजून घ्या.
- मनाच्या अंत:प्रेरणेची क्षमता वाढवा. विचार करताना, निर्णय घेताना आणि तिला समजून घेताना अंत:प्रेरणेला महत्त्व द्या.
- ज्या गोष्टी दिसत नाहीत, त्या जाणून घेण्याचा प्रयत्न करा.
- क्षुल्लक व किरकोळ बाबींना योग्य ते महत्त्व द्या. त्याचे विविध पैलू जाणून घ्या.
- निरुपयोगी व प्रभावशून्य वाटणारी कोणतीही कृती करू नका.

आपण समस्या जोपर्यंत समजून घेत नाही. तोपर्यंत आपल्याला तिचे उत्तर शोधता येत नाही. व्यवस्थापन ही जर कला असेल तर कोणत्याही कलात्मक दृष्टिकोन विकसित होणे आवश्यक आहे. केवळ तंत्र म्हणून व्यवस्थापनाकडे पाहिले तर व्यवसायात पराभव होतो. प्रत्येक व्यवस्थापक आपल्या कौशल्याचा विकास करण्यासाठी विशिष्ट गोष्टी व मार्ग विकसित करत असतो. जोपर्यंत तो मार्ग विकसित करीत नाही, तोपर्यंत तो यशस्वी होत नाही. केवळ एखाद्या समस्येचे समाधान शोधणे हे केवळ व्यवस्थापनाचे कार्य सीमित नाही, तर व्यवस्थापन हे कार्य आहे, तत्त्वज्ञान आहे, मार्गपद्धती आहे; जर असे मानले तर व्यवस्थापनाची क्रिया आत्मसात करायला हवी.

व्यवस्थापकाचा प्रभाव त्याच्या कृती व प्रामाणिकपणावर अवलंबून असतो. व्यवस्थापकाच्या कृतीचा प्रभाव आणि प्रामाणिकपणाचा प्रभाव हा सर्वदूर व दीर्घकाळ होणार असतो. शेक्सपियरच्या 'हॅम्लेट' या नाटकात ही बाब अत्यंत प्रभावीपणे व्यक्त झाली आहे.

व्यवस्थापनाची खरी कला ही विशिष्ट व्यवस्थापकीय तंत्रापुरती सीमित नाही. तर व्यवस्थापकाचा दृष्टिकोन व ज्या तत्त्वावर त्याचा विश्वास आहे ती तत्त्वे व त्याने जी भूमिका स्वीकारली आहे, त्या भूमिकेचे स्वरूप यांवर अवलंबून असते. व्यवस्थापकाचा आपण जेव्हा एखादी व्यक्ती म्हणून विचार करतो, त्या वेळीच व्यवस्थापकाच्या भूमिकेचा अर्थ कळू शकतो. व्यवस्थापक विविध भूमिका, कार्य करीत असतो; परंतु प्रत्येक कार्यातून, भूमिकेतून एक दृष्टिकोन अभिप्रेरित असतो. ही भूमिका समजून घेणे म्हणजे व्यवस्थापकाचा प्रामाणिकपणा समजून घेणे महत्त्वाचे आहे

■ विचारपूर्वक कृतीचा मार्ग (The way of Mindfullness)

एखादी गोष्ट अथवा कृती आपल्याला दिसते तशी ती आपल्याला अनुभवाला येत नाही.. जे आपण पाहतो तसेच आपले अनुभव असतील असे नाही. आपली अनुभूती आपल्या मनाची परिपक्वता कसे पाहते, या विचारांच्या शक्तीवर अवलंबून असते. क्षमता म्हणजे व्यक्तीची परिस्थिती, घटना आणि कृती या बदलचा परिपक्व दृष्टिकोन होय. प्रत्येकाला आपल्या कामातील एकाग्रता व परिपक्वता वाढवावी असे वाटते; परंतु ही वैचारिक परिपक्वता वाढवणे सोपे नाही. ज्या तन्मयतेने मांजर आपल्या भक्ष्यांकडे पाहते, ती तन्मयता म्हणजे परिपक्वता होय, ज्याला मनाला समजून घेता येते, त्यालाच मनाची परिपक्वता वाढवता येते.

When mind is comprehended, all is comprehended. -The Buddha

केवळ एखाद्या गोष्टीकडे सहजतेने लक्ष देणे व समजून घेणे म्हणजे परिपक्वता होय. झेन गुरूनी मनाच्या परिपक्वतेला विशेष महत्त्व दिले आहे. आपणास दैनंदिन जीवनातून या परिपक्वतेचा जोपर्यंत परिचय होत नाही, तोपर्यंत जाणीव होणे आणि अनुभूती होणे यांमध्ये मोठे अंतर आहे. झेन तत्त्वज्ञानात चैतन्यपूर्ण जाणिवेला विशेष महत्त्व दिले आहे. सर्वच झेन गुरूनी आपल्या अनुयायांना हे सांगण्याचा प्रयत्न केला आहे. ही कृती अत्यंत महत्त्वाची आहे. व्यवस्थापक नेहमीच निश्चित, विविधांगी, विविध पैलू असणाऱ्या घटनांचा अनुभव घेत असतो. त्याच्याकरिता अशा घटनांना उचित प्रतिसाद देणे आवश्यक असते. हा प्रतिसाद जाणिवेच्या, सक्षम आणि परिपक्व अनुभवातून व्यक्त होऊ शकतो. ज्याचे आकलन झाले नाही, अशा घटनेला परिपूर्ण प्रतिसाद देणे

व्यवस्थापकाला शक्य होत नाही. या दृष्टिकोनातून प्रत्येक गोष्टीकडे काळजीपूर्वक पाहण्याची दिव्यदृष्टी व्यवस्थापकाकडे असली पाहिजे. मनाची परिपक्वता म्हणजे तिच्या मूळ स्वरूपात आणि परिपूर्ण स्वरूपात समजून घेणे होय, मनाची परिपक्वता एका गोष्टीकडे निश्चित आयामातून पाहू शकते. त्यालाच कौशल्यपूर्ण लक्षवेधी दृष्टिकोन म्हणता येईल. हा दृष्टिकोन व्यवस्थापकाला समस्येच्या गाभ्यापर्यंत पोहोचवण्याचा प्रयत्न करतो. हा दृष्टिकोन व्यवस्थापक जोपर्यंत विकसित करत नाही, तोपर्यंत त्याच्या आकलनक्षमतेला मर्यादा पडतात.

■ अंतःप्रेरणेचा मार्ग (The way of Intuition)

सहजपणे जेव्हा एखादी गोष्ट समजून घेता येते तेव्हा अंतःप्रेरणेचा मार्ग गवसला, असे म्हणता येईल. खरा व्यवस्थापक हा एका कुशल समशेर बहाद्दरसारखा व कुशल चित्रकारासारखा असतो. कुशल समशेर बहाद्दराने सहज म्हणून हवेत केलेला तलवारीचा वारदेखील लक्ष्याचा अचूक वेध घेतो. चित्रकाराने कुंचल्याची केलेली साधी हालचालदेखील चित्रात भाव, रंग, कल्पना, अभिव्यक्त करण्यास समर्थ असते. चित्रकाराचा, किंवा समशेर बहाद्दराचा हा सहजपणा म्हणजे अंतःप्रेरणेचा मार्ग होय. कृती आणि सहजता ही व्यवस्थापकाच्या अंतःप्रेरणेची खरी परिचायक बाब आहे. एखादी गोष्ट पाहणे व तिचा भाव समजणे या दोन वेगवेगळ्या गोष्टी आहेत. या दोन्ही गोष्टी व्यवस्थापक वेगवेगळ्या प्रकारे करू शकतो.

■ सृजनशीलतेचा मार्ग (The way of Creativity)

सृजनशीलता हा विकासाचा पाया आहे. कोणत्याही तत्त्वज्ञानात सृजनशीलतेला सर्वाधिक महत्त्व आहे. विचारसरणी कोणतीही असो, कोणतेही तत्त्वज्ञान असो, सृजनशीलतेशिवाय त्याला अपेक्षित दिशा प्राप्त होत नाही. झेन तत्त्वज्ञानात सृजनशीलता ही अंतःप्रेरणेची आणि वैचारिकदृष्ट्या परिपक्व मनाची सर्वोच्च अवस्था मानली जाते. अनेक वर्षांची साधना, चिंतन आणि आत्मप्रत्ययाच्या अनुभवातून सृजनशीलतेची निर्मिती होत असते. स्पेन्सर ब्राऊन यांच्या शब्दांत—

"अत्यंत मूलभूत सत्याचा शोध घेण्यासाठी सखोल व परिपूर्ण चिंतनाची गरज आहे. हे सत्य जसे न्यूटनला कळले, त्यासाठी कोणतीही कृती किंवा व्यक्तीची गरज नाही किंवा खूप व्यस्त राहण्याची गरज नाही, ठरावीक विचारसरणीची आवश्यकता नाही. चर्चा व संवाद नको तर एक मनोवृत्ती व मानसिकता हवी. काय जाणून घ्यायचे आहे त्याची जाणीव हवी."

दुसऱ्याच्या धनुष्य बाणाने नेम धरू नका.
दुसऱ्याची तलवार सहज चालवू नका.
दुसऱ्याचे दोष पाहणे अयोग्य आहे.
दुसऱ्याच्या अश्वावर आरूढ होणे, यात पुरुषार्थ नाही.
दुसऱ्याच्या कामात ढवळाढवळ करणे, यात विवेक नाही.

झेन व्यवस्थापक हा मुख्यत्वेकरून प्रभावी व्यवस्थापक असतो. तो कार्यपद्धतीचे चाकोरीबद्ध पालन करणे, नियमांच्या मर्यादांना वैचारिक पातळीवर सीमित करणे हे अमान्य करतो. शक्यता व कृतिशीलता हा त्याच्या विचाराचा आधार असतो. एखादी संभाव्य गोष्ट करण्याचे विविध मार्ग कोणते असू शकतात, हे जाणून घेणे आणि त्यासाठी आपल्या कल्पनाशक्तीचा प्रभावीपणे वापर करणे, हेच झेन तत्त्वज्ञानाचे खरे वैशिष्ट्य होय. संभाव्यता, शक्यता व विविधता यांचा आपल्या कार्यात सर्वाधिक समावेश करणे, कार्य करण्यापेक्षा ते अधिक यशस्वी करण्यावर भर देणे, हीच झेन तत्त्वज्ञानाची खरी ओळख आहे. झेन व्यवस्थापक आपल्या कार्यात सृजनशीलतेचा अनेक प्रकारे वापर करून घेतो. कोणतीही परिस्थिती आणि समस्याचे अधिक आकलन करून घेणे, त्याच्या दृष्टीने अधिक महत्त्वाचे आहे. एखादी परिस्थिती निर्माण होण्यामागे विविधांगी कारणे स्पष्टपणे दिसावी याकरता समस्यांकडे लक्ष केंद्रित न करता, संभाव्यतेकडे अधिक विस्तृतपणे पाहणे, म्हणजेच सृजनशीलतेचा स्वीकार करणे. प्रामाणिकपणे प्रत्येक परिस्थितीचे आकलन करून घेणे, कोणत्याही परिस्थितीचा एकांगी विचार न करता त्याचे विविध पैलू कसे समजून घेता येतील यांकडे लक्ष देणे, हे झेन व्यवस्थापकाचे वैशिष्ट्य आहे. समस्या निर्माण होण्यामागील कारणे जशी महत्त्वाची आहेत, तसेच तिच्या समाधानातदेखील विविध पर्याय उपलब्ध असू शकतात. समस्या समजून घेतली तरच तिचे विविध पैलू लक्षात येतात. ठरावीक समस्या समजण्याकरिता अभ्यास करावयाचा नाही तर त्या जाणण्याचा प्रयास करणे महत्त्वाचे आहे. अनेक वेळा समस्यांचे पूर्ण आकलन होईपर्यंत त्याबद्दल विचार करणे आणि अंतिमतः समस्यांचे पर्याय शोधणे, समस्यांचा विविधांगी विचार करणे म्हणजे समस्या सोडवणे होय. प्रत्येक पर्याय समस्या सोडवण्याकरिता उपयुक्त असतो असे नाही. पर्यायांची बहुविधता, पूर्णता आणि उपयुक्तता यांना

अधिकाधिक स्पष्ट विचार करण्यावर भर देतो. आत्मप्रेरणा आणि अंतःस्फूर्ती यांतून जे व्यवहार्य पर्याय लक्षात येतात, ते निवडण्यावर झेन व्यवस्थापक भर देतात. कृतिशील वृत्ती हीच सृजनशीलतेची परिचायक आहे आणि म्हणून सृजनशील झेन व्यवस्थापक कृतिशीलतेने ओळखला जातो.

■ प्रभावी व्यवस्थापनाचा मार्ग (The way of the Manager)

एका झेन कवितेत प्रभावी कार्यपद्धतीचे विवेचन केले आहे. ही हायकू कविता व्यवस्थापनाची झेन वृत्ती म्हणजे काय, यावर नेमका प्रकाश टाकते.

व्यवस्थापनाचे कार्य कशा स्वरूपाचे आहे, याचे उत्तर एका विशिष्ट चाकोरीबद्ध पद्धतीने देता येणार नाही. कारण प्रभावी व्यवस्थापन करण्याचा एकमेव मार्ग नाही. व्यवस्थापन अनेक प्रकारे करता येईल; परंतु कोणत्या प्रकारची व्यवस्थापन पद्धती योग्य आहे, हे ठरवण्याचा विवेक असणे आवश्यक आहे. व्यवस्थापकाला विविध कारणांनी अधिकार प्राप्त होतात. ज्ञान, स्थान आणि परिस्थिती यांतून व्यवस्थापकाला विविध अधिकार प्राप्त होतात; परंतु अधिकाराचा वापर कसा करावयाचा याचा विवेक जोपर्यंत नसेल, तोपर्यंत प्राप्त झालेले अधिकार हे अस्थानी असतात. अधिकाराचा वापर करणे हे चांगल्या व्यवस्थापकाचे लक्षण नाही. चांगला नेता सत्तेच्या वापरातून आपले स्थान निश्चित करत नसतो तर आपल्या अनुयायांना त्याच्या अस्तित्वाची जाणीव करून देतो. जिथे सत्तेचा वापर होतो, तिथे विरोध होतो व जिथे विरोध होतो, तिथे नेतृत्वाची सर्वमान्यता संपुष्टात येते. लाओ त्सु या चिनी तत्त्वज्ञाने नेतृत्वाचा विचार पुढील शब्दांत मांडला आहे –

चांगला व्यवस्थापक हा व्यवस्थापनाकडे एक क्रिया म्हणून पाहत नाही तर त्याच्या चिंतनाची, जीवनाची एक स्वाभाविक कृती म्हणून पाहतो. व्यवस्थापक कोणतेही कार्य अंतःप्रेरणा व त्या कार्याप्रती असणारी आत्मीयता यांतून व्यक्त

कृतिशील बोधिसत्त्व

The Wheel has thirty spokes
With a common hub. It is
Hole in the centre which
makes it useful.

करतो. सक्ती आणि परिस्थितीच्या दबावातून तो कार्य करीत नाही. कारण श्वासासारखे व्यवस्थापन हे त्याच्या जीवनाचा अविभाज्य भाग आहे. गुणवत्ता आणि चैतन्य यांसोबत कृतिशीलता याप्रमाणेच त्याच्या कार्याचा महत्त्वाचा भाग आहे. व्यवस्थापक कार्य करतो, याचे उत्तर एका झेन साक्षात्कारातून देता येईल. नावाडी योग्य प्रकारे नाव का चालवतो? किंवा योद्धा चांगले युद्ध का करतो? याचे कारण एकच आहे आणि ते म्हणजे त्याला त्या कार्याची अंतर्बाह्य ओळख झाली आहे. ज्याला आपले कार्य काय हे कळले नाही, तो आपल्या कार्यावर निष्ठा ठेवू शकत नाही. ज्याला समस्या समजली नाही, तो तिथे समाधानही शोधू शकत नाही. जो स्वतःला ओळखू शकत नाही, तो इतरांना मार्ग दाखवू शकत नाही. व्यवस्थापक हा इतरांना मार्ग दाखवणारा महत्त्वाचा संघटनात्मक घटक आहे. संघटना व्यवस्थापन व नेतृत्वाशिवाय चालू शकत नाही. जर नेतृत्व देणाऱ्या व्यक्तीला स्वतःचा परिचय झाला नसेल तर तो इतरांना मार्ग दर्शवू शकत नाही. लाओ त्सुच्या दुसऱ्या कवितेत या व्यवस्थापकीय वृत्तीचा चांगला परिचय झाला आहे.

लवचीकता, मनाची तरलता आणि विविध परिस्थितीत आपले स्थैर्य न गमावता, कृतिशीलता दाखवता येणे हे चांगल्या व्यवस्थापकाचे गुण आहेत. केवळ कार्यक्षम होण्यापेक्षा अधिक प्रभावी होण्यावर व्यवस्थापक भर देतो. कोणतेही काम सुरू होईपर्यंत त्याच्या मनावर कोणतेही दडपण नसते व हाती घेतलेले काम पूर्ण होईपर्यंत तो सहजतेने पूर्ण करतो.

> **कृतिशील बोधिसत्त्व**
> *When you counsel a ruler in Tao,*
> *Advised him not to use force to conquer,*
> *The Universe,*
> *For Force creates resistance.*
> *Just do what needs to be done.*
> *Never take advantage of power.*
> *- Lao Tzu-Tao Te Ching*

एका नैसर्गिक व स्वाभाविकपणे एखादा व्यवस्थापक कार्य करतो, तेव्हा तो खऱ्या अर्थाने प्रभावी व्यवस्थापक असतो. त्याच्या मनात लवचीकता असते. लाओ त्सुच्या शब्दांत –

"Stillness is the lord of activity."

कार्यपद्धतीची निवड करताना आणि प्रत्यक्षात त्याची अंमलबजावणी करताना व्यवस्थापक जेवढा स्थिर असतो, त्याच वेळी आपले कार्य समजले आहे, असे म्हणता येईल. एक झेन गुरू सुझुकी यांनी स्थिर लवचीक अवस्था नेमक्या शब्दांत व्यक्त केली आहे.

"When I sit on my cushion I am nothing,
when I get up make the whole world."

व्यवस्थापनाचे नेमके कार्य कोणते ?

झेन तत्त्वज्ञानाने प्रभावित झालेला व्यवस्थापक नेमके कोणते कार्य करतो, हे एका झेन गुरूंनी सांगितलेल्या कथेतून सहज लक्षात येते.

तथागतांनी आपल्या शिष्यांना एकदा 'गुलाबाच्या फुलांकडे पाहून काय वाटते,' हे विचारले, तेव्हा पहिल्या शिष्याने 'गुलाबाची अप्रतिम रचना' म्हणून वर्णन केले. तर दुसऱ्याने उपवनाच्या सौंदर्यावर कविता केली. तिसऱ्याने फुलाचे मानवी जीवनातील स्थान यावर सुंदर रूपक सादर केले; परंतु एक शिष्य म्हणाला, 'मला फक्त गुलाबाचे फूल दिसते.' तेव्हा तथागत म्हणाले, 'यालाच खऱ्या अर्थाने दृष्टी प्राप्त झाली आहे.'

व्यवस्थापकाला त्याचे नेमके कार्य कोणते आहे, हे समजत नाही तेव्हा त्याच्या समाधानाचे आकलन त्याला होणार नाही. चांग झी या तत्त्वज्ञाने कार्याचे नेमके वर्णन पुढील शब्दांत केले आहे –

The fish-trap exists because of fish.
Once you have caught the fish, you can
forget the trap.

ज्याला प्रभावी व्यवस्थापक व्हावयाचे असेल, प्रथम त्याने आपल्या कार्याचा अर्थ समजून घेतला पाहिजे. ज्याला आपल्या कार्याविषयी नेमकी जाणीव झाली आहे, ज्याने स्वतःला ओळखले आहे, त्यालाच यशस्वी व्यवस्थापक होता येईल. व्यवस्थापकाच्या कार्यातील सहजपणा हा केवळ प्रयासांचा परिणाम नाही तर कार्यपद्धतीच्या उचित परिचयाचा परिणाम आहे. झेन

Who can wait quietly unitl the mud settles
Who can remain still unitil the moment of
action.

- Lao Tzu

गुरूंनी नेहमीच प्रशिक्षण, आत्मप्रेरणा, प्रयास आणि ध्येयनिश्चिती यांना महत्त्व दिले आहे. या अवस्थेला 'सातारी' हे नाव दिले आहे. या अवस्थेत प्रत्येक अनुभवाचा प्रत्यय येतो व खऱ्या स्वातंत्र्याची जाणीव होते. झेन ही सर्व समस्यांना ठरावीक साचेबद्ध प्रश्नांना उत्तर देणारी प्रणाली नाही, तर झेन विचारप्रणाली उत्तर शोधण्यापेक्षा समस्येचे आकलन होण्यावर भर देणारी प्रणाली आहे. ज्याला समस्या समजली आहे, तिचे त्याला समाधान करता येते. झेन ही ज्ञानप्राप्ती कशी करावी, हे सांगणारा मार्ग नाही तर प्राप्त झालेले ज्ञान कसे वापरावे, हे सांगणारी प्रणाली आहे. झेन मुक्तीचा व संधी शोधण्याची प्रेरणा देणारा मार्ग आहे. मनुष्य विश्वास आणि श्रद्धायुक्त मनाने जेव्हा स्वतःला शोधतो, आपल्या कार्यावर पूर्ण विश्वास ठेवतो, तेव्हाच त्याच्या अंतःप्रेरणेचा मार्ग मोकळा होतो. ज्याला अंतःप्रेरणेचा मार्ग सापडला आहे, स्वतःची ओळख झाली आहे, त्याला जगाची कोणतीही गोष्ट समजून घेणे अवघड नाही.

○

कायझेन

कायझेन ही जागतिक मान्यताप्राप्त झालेली गुणवत्ता सुधारण्याची प्रक्रिया आहे. कायझेन केवळ एक तंत्र नाही, तर ती जीवन पद्धती आणि आचारपद्धती आहे. ती श्रेष्ठत्वाची खरी साधना आहे. Rome was not built in a day. या म्हणीचा खरा अर्थ कायझेन तत्त्वज्ञानाच्या माध्यमातूनच लक्षात येऊ शकतो. सतत काहीतरी नवीन करावे, चांगले आणि उपयुक्त करावे या विचाराला चालना देणारे ते एक व्यवस्थापकीय तत्त्वज्ञान आहे. प्रगतीचा मार्ग सामान्यतः साधना, नियमितता आणि कौशल्य यांच्या साह्याने पुढे जात असतो. हाच कायझेनच्या तत्त्वज्ञानाचा सारांश आहे. 'योगः कर्मसु कौशलम्' हे या विचारसरणीचे भारतीय प्रतीक म्हणता येईल. कायझेनचे तत्त्वज्ञान जपानी आध्यात्मिक चिंतनाचा परिपाक आहे. 'झेन' या शब्दाचा अर्थ ध्यान व चिंतन हा आहे. एखाद्या समस्येचे विविध अंगाने परीक्षण करून तिथे सूक्ष्म स्तरावर विश्लेषण करण्याची व सोप्या आणि सहजसाध्य अशा उपायांनी टप्प्याटप्प्यांनी तिची सोडवणूक करण्याचे तंत्र म्हणून कायझेनचा उल्लेख करावा लागेल.

कायझेन तत्त्वाचा वापर करून नवनिर्मिती आणि प्रगती यांचा समन्वय साधता येतो. केवळ नवनिर्मिती म्हणजेच प्रगती नव्हे तर अगदी अल्प स्वरूपाची सुधारणा म्हणजेदेखील कायझेनची कार्यप्रणाली आहे. कायझेन हे नियमित स्वरूपातील लहानसहान सुधारणा, सतत संशोधन व दोष निराकरण आणि नाविन्य यांचा अपूर्व मिलाफ आहे. वेळ, संसाधने व प्रयत्न यांचे विचारपूर्वक

संतुलन साधून वैचारिक क्रांती घडवून आणण्याचे कार्य कायझेनद्वारे पूर्ण होते. कायझेनची कार्यप्रणाली यशस्वी करण्यासाठी व्यवस्थापनाच्या सर्वच पातळ्यांवरील अधिकाऱ्यांनी आणि कामगारांनी मोकळ्या मनाने आणि संपूर्ण सहकार्य देणे अत्यंत आवश्यक आहे. कायझेनची तत्त्वप्रणाली व्यवसायात कशाप्रकारे रुजवावी, याचे चित्रण खालील आकृतीवरून लक्षात येईल.

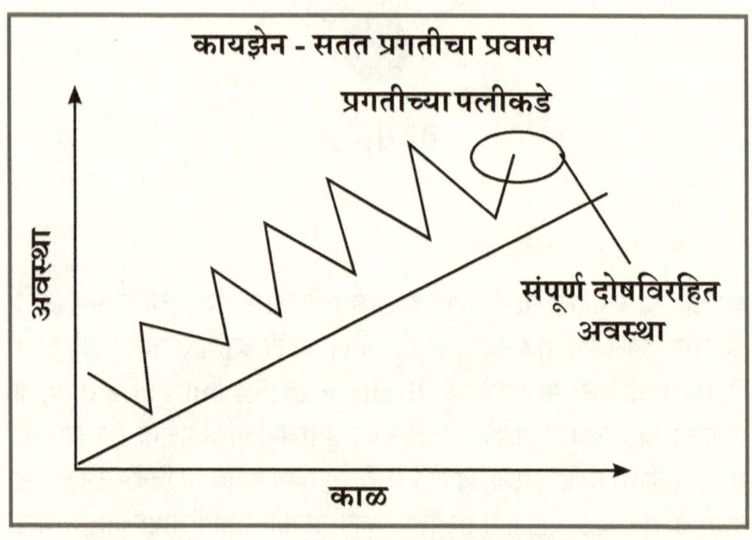

कायझेनचे तत्त्वज्ञान सतत सुधारण्यावर भर देणारे तंत्र आहे. ही सतत सुधारणा कशाप्रकारे साध्य करता येईल आणि व्यवस्थापनाला श्रेष्ठत्वाच्या शिखरावर कसे आरूढ होता येईल, याचा विचार केल्यास खालील मुद्दे प्रत्येक व्यवस्थापकाने कायम ध्यानात ठेवण्यासारखे आहेत, असे लक्षात येते.

- सर्वांत श्रेष्ठ व साध्य करता येईल, असे उच्च उद्दिष्ट निर्धारित करणे आवश्यक आहे.
- कार्यपद्धतीतील अनावश्यक बदल व परिवर्तने यावर नियंत्रण ठेवले पाहिजे.
- आपले स्पर्धक, त्यांची धोरणे समजून घेणे आवश्यक आहे.
- कर्मचाऱ्यांचा व व्यवस्थापकांचा मनःपूर्वक सहभाग असावा.
- ध्येयात आणि उद्दिष्टात एकरूपता असावी.
- दीर्घकालीन ध्येयप्राप्तीची इच्छा सर्व स्तरावर असावी.
- संघटनेचे उद्दिष्ट प्रथम साध्य करण्यावर भर दिला पाहिजे.
- गुणवत्तेची संकल्पना सर्व कर्मचाऱ्यांनी योग्य स्वरूपात समजून घ्यावी.

- अनुकूल आणि प्रेरक वातावरणाची निर्मिती करणे आवश्यक आहे.
- कर्मचाऱ्यांची संघटनेप्रति पूर्ण बांधिलकी असावी.
- ग्राहक, पुरवठादार आणि वितरक यांच्याशी भागीदाराचे व मैत्रीचे संबंध असावेत.
- संघटना श्रेष्ठत्वासाठी हवी, केवळ प्रतिष्ठेसाठी नव्हे.

कायझेनची संकल्पना

कायझेनची संकल्पना एखाद्या मजबूत आधार देणाऱ्या संरक्षक तंत्रासारखी आहे. श्रेष्ठ गुणवत्तेची हमी देणारे हे तंत्र म्हणजे विविध व्यवस्थापकीय संकल्पना आणि यशोदायी तंत्राचा अपूर्व संगम आहे. कायझेनची संकल्पना स्पष्ट करणारा तक्ता येथे देण्यात आला आहे.

कायझेनचे तंत्र	
सकल गुणवत्ता व्यवस्थापन	सकल उत्पादकता साधना
ग्राहकाभिमुख कार्यपद्धती	स्वचालन तंत्राचा वापर
गुणवत्ता मंडळ	उत्पादकता सुधारणा तंत्र
सतत सुधारणा	नवीन उत्पादन विकास
सुधारणा प्रस्ताव योजना	न्यूनतम संग्रहण व्यवस्था
शून्य दोष संकल्पना	स्वच्छता व भरणपोषणावर भर
कर्मचाऱ्यांचा संपूर्ण सहभाग	योग्य अंतर्गत व्यवस्थापन

कायझेनची तत्त्वे

कायझेनचे तत्त्वज्ञान आचरणात आणण्यासाठी विलक्षण सोपे आणि सुलभ आहे. त्याची सहजता हेच त्याचे खरे वैशिष्ट्य आणि शक्तिस्थळ आहे. आचरणीय आणि वापरण्यास अत्यंत तर्कशुद्धता हे कायझेनच्या व्यवस्थापन पद्धतीचे खरे कारण आहे. कायझेनचे प्रमुख तत्त्वे पुढीलप्रमाणे सांगता येतील :

■ संपूर्ण ग्राहक समाधान

ग्राहकांना मिळणारी सेवा व उत्पादने पूर्णतः संतुष्ट करणारी, त्यांना आत्मिक समाधान देणारी असावयास हवीत. त्यासाठी उत्पादक व विक्रेते यांनी सर्व प्रकारचे प्रयत्न करणे आवश्यक आहे.

■ नेतृत्व

नेतृत्व प्रामाणिक, गुणांची कदर करणारे व दर्जा राखण्यासाठी स्वतः प्रयत्न करणारे असावे. व्यवस्थापनाचा आदर्श हेच नेतृत्वाचे ध्येय हवे.

■ संपूर्ण सहभाग

व्यवस्थापनाचे यश हे कोणा एका व्यक्तीचे अथवा गटाचे यश नाही, तर ते सर्वच स्तरावरील कामगार, व्यवस्थापक व अधिकारी यांच्या सांघिक प्रयत्नांचा स्वाभाविक परिणाम आहे.

■ एकात्मिक दृष्टिकोन

संस्थेच्या सर्वच पातळ्यांवरील कार्य आणि निर्णय यांमध्ये समन्वय आवश्यक आहे. या वृत्तीने आणि पूर्ण समाजाच्या इच्छेतून व्यवस्थापकीय प्रक्रियेचे कार्य झाले पाहिजे.

■ सुसंघटित आणि रचनात्मक कार्यप्रणाली

व्यवस्थापनाची कार्यप्रणाली सुसंघटित असावयास हवी. स्पष्ट शब्दांत आणि निश्चित पद्धतीने व्यवस्थापनाची ध्येयधोरणे व्यक्त करणे, कर्मचाऱ्यांना प्रोत्साहित करण्यास उपयुक्त सिद्ध होते.

■ दोष निवारण व प्रतिबंध

कोणत्याही यंत्रणेत दोष निर्माण होण्यापूर्वीच त्यांचा प्रतिबंध करणारी योग्य व व्यवस्थापन यंत्रणा प्रस्थापित करणे आवश्यक आहे.

■ सर्वाधिक गुणवत्ता

दीर्घकालीन व्यवस्थापकीय आणि व्यवसायाचे यश केवळ गुणवत्तेच्या आधारेच प्राप्त होते. गुणवत्तेबाबत तडजोड नाही, गुणवत्ता हेच ध्येय आहे, ते श्रेष्ठत्वाचे प्रतीक आहे, हाच व्यवस्थापनाचा विचार असला पाहिजे.

■ सतत सुधारणा

गुणवत्ता प्राप्ती किंवा दर्जात्मक सुधारणा ही सतत स्वरूपाची व नियमित प्रक्रिया आहे. गुणवत्तेबाबत एक महत्त्वाचा निर्णय पुरेसा नाही किंवा एकदाच प्रयत्न करणे पुरेसे नाही. त्याबाबत सातत्य हवे आणि प्रत्येक अवस्थेत, प्रत्येक क्षणाला नवे विचार व प्रयोग करावयास पाहिजेत.

■ शिक्षण आणि प्रशिक्षण

गुणवत्ता सुधारणा ही वैचारिक क्रांतीची प्रक्रिया आहे त्यासाठी नियमित शिक्षण व प्रशिक्षणाची सुविधा असणे गरजेचे आहे.

गुणवत्ता सुधारण्याची व्युहरचना

कायझेनची प्रणाली स्वीकारण्यासाठी संघटनेत एक लवचीकपणा आणि नाविन्य स्वीकारण्याची तयारी हवी. परंपरागत संघटना या आपल्या कार्यशैलीबाबत एक ताठर दृष्टिकोन स्वीकारतात. त्या संघटनांची रचना, कार्यपद्धती व संघटन स्वरूप यामध्ये तांत्रिकता असते. त्यात मानवी भावना आणि उदार दृष्टिकोनाचा अभाव असतो. प्रा. मायकेल ट्राचबस यांनी कायझेन संघटन आणि परंपरागत संघटन यातील फरक पुढील निकषांवर स्पष्ट केला आहे :

परंपरागत संघटन

- उच्च पिरॅमिड पद्धतीची संघटन रचना
- बाह्य प्रेरणांवर विशेष भर

ग्राहकाभिमुख कायझेन प्रणाली

- बाजारपेठ व ग्राहकहिताचा प्राधान्याने विचार
- प्रत्येक ग्राहक गटाचे विचारपूर्वक नियोजन
- व्यापक आणि संतुलित ध्येयधोरणांची आखणी
- गुणग्राहकता आणि सार्वत्रिक विकासाची कामना
- समस्यांना आव्हान म्हणून स्वीकारण्याची तयारी
- सुधारणा ही सतत स्वरूपाची आहे, या तत्त्वावर विश्वास
- विकासाच्या संधीचा संपूर्ण उपयोग करण्याची वृत्ती

विक्रीय वृद्धीवर भर देणारी परंपरागत प्रणाली

- उत्पादन तंत्र विकासावर भर
- स्पर्धकांच्या व्यूहरचनेचा विचार न करता प्रयत्न करणारी प्रणाली
- आत्मकेंद्रीत, इतरांना महत्त्व न देणारी
- विशिष्ट वैचारिक संकल्पनांशी बांधिलकी
- समस्यांना अडचण समजण्याची वृत्ती

- विकासाच्या संधीकडे दुर्लक्ष करण्याचा दृष्टिकोन
- प्रगतीपेक्षा जैसे थे ठेवण्याची प्रवृत्ती

कायझेन पद्धतीचा स्वीकार करून व्यवस्थापन शैलीत परिणामकारक बदल घडवून आणता येतात. आपली उद्दिष्टे कोणती आहेत, यांचा विचार करून श्रेष्ठत्वाकडे प्रयाण करू इच्छिणाऱ्या प्रत्येक संस्थेने, कंपनीने आणि व्यक्तीने कायझेन तत्त्वप्रणालीचा स्वीकार करावयास हवा. कायझेन ग्राहकाभिमुख, उद्दिष्टांना पूर्ण करणारी व्यवस्थापकीय शैली आहे. कायझेन व्यवस्थापनाचा स्वीकार करणारी संस्था आणि केवळ उत्पादन वृद्धी व विक्रीय वृद्धीकडे लक्ष देणाऱ्या संस्था यांचा तुलनात्मक अभ्यास केल्यास चांगले व्यवस्थापन कोणते व आपण कोणत्या मार्गनि जावयाचे, याचे उद्दिष्ट निर्धारण करणे सहज शक्य आहे.

दैनंदिन जीवनात कायझेन उपयुक्तता

कायझेन तत्त्वप्रणाली दैनंदिन जीवनात विशेष उपयुक्त आहे. प्रत्येक व्यक्ती कार्यालयात, आपल्या उद्योगात, व्यवसायात अथवा जीवनात विविध प्रकारची कार्ये अंगीकृत करतो. त्या प्रत्येक कार्याच्या पूर्ततेसाठी तो अनेक प्रकारचे परिश्रम करतो, विविध साधनांचा वापर करतो आणि बऱ्याच वेळा आपल्या ध्येयपूर्तीसाठी प्रयत्नांची पराकाष्ठाही करतो. असे असूनसुद्धा त्याला बऱ्याचदा अपेक्षित यश प्राप्त होत नाही. जे कार्य ज्या पद्धतीने पूर्ण करावयाचे आहे, त्या पद्धतीने ते पूर्ण झाले नाही अथवा होत नाही, असे त्याला वारंवार वाटते. याचे मूळ कारण जर आपण समजून घेतले तर कायझेनची दैनंदिन जीवनातील उपयुक्तता आपल्या लक्षात येईल. कायझेन तत्त्वज्ञानाचे वैशिष्ट्य हे सातत्यपूर्ण आणि छोटे छोटे बदल जीवनात नियमितपणे घडवून आणण्यावर भर देणारे तत्त्वज्ञान आहे. एकाच वेळी एकदम मोठा बदल घडवून आणला तर त्याचा दीर्घकाळ परिणाम त्याच पद्धतीने होईल, याची शाश्वती देता येत नाही. प्रत्येक वेळी मोठा बदल घडवून आणणे व्यक्तीला शक्यही होत नाही; परंतु जर नियमितपणे व सातत्यपूर्ण पद्धतीने छोटे छोटे बदल घडवून आणण्याची सवय आणि प्रक्रिया अमलात आणली तर बऱ्याचदा एक मोठा बदल विशिष्ट कालावधीनंतर दृष्टोत्पत्तीस पडतो. कायझेन तत्त्वज्ञानानुसार मोठ्या ग्लासात जर पाणी भरून घ्यावयाचे असेल तरी तेसुद्धा थेंब थेंब करून भरता येते. मग जर दररोज वेगवेगळ्या प्रकारचे प्रयोग करून, उपक्रम करून थोडी थोडी सुधारणा घडवून आणण्याची सवय आपण लावली तर

जे बदल आपल्याला अपेक्षित नाहीत अथवा सहर्ष साध्य वाटत नाहीत असेही बदल आपल्याला आपल्या कार्यस्थळावर, आपल्या जीवनात आणि आपल्या व्यवहारात घडवून आणता येतात. माणसाला काही सवयी सुरुवातीला लागतात, त्याचा त्याच्या जीवनावर विपरीत परिणाम होण्याची संभावना असते. अशा सवयी टाकून देण्यासाठी त्यांनी जर एकदम प्रयत्न करावयाचे ठरवले तर बऱ्याचदा त्याला ते साध्यही होत नाही; परंतु या सवयी टाळण्यासाठी त्यांनी नियमितपणे धीराने आणि स्वस्थचित्त पद्धतीने प्रयत्न करण्याचे ठरवले तर हळूहळू ती गोष्ट साध्य होईल. एखादी गोष्ट एकाच दिवसात होणार नसेल तरीसुद्धा प्रयत्न केल्यास एक दिवस ती निश्चितच होऊ शकते, या सूत्रावरच कायझेन तत्त्वज्ञान आधारित आहे. मग कायझेनचा अर्थ जर समजून घ्यायचा असेल तर छोट्या परंतु अपेक्षित बदल घडून आणणारे तत्त्वज्ञान, असा त्याचा अर्थबोध आपल्याला होतो.

आपल्या दैनंदिन जीवनात तर कायझेन तत्त्वज्ञानाची नितांत आवश्यकता आहे. कायझेन तत्त्वज्ञानाचा स्वीकार केल्यास आपल्याला कितीतरी गोष्टी सहज साध्य करता येतात. अनेक असाध्य वाटणाऱ्या गोष्टी आपल्या जीवनाला आवश्यक असतात. मोठी बचत करावयाची असेल, एखाद्या मोठ्या संपत्तीची खरेदी करावयाची असेल, एखादा मोठा बदल आपल्या जीवनात घडवून आणायचा असेल तर त्यासाठी एकाच वेळी किंवा एकदाच प्रयत्न करून सहसा यश प्राप्त होत नाही. या उलट, थोडी थोडी बचत करून आपणही मोठ्या पद्धतीची कल्पना सहज साध्य करू शकतो. हिंदीमधील एक दोहा याकरता अत्यंत महत्त्वाचा आहे, *बूंद बूंदसे नदी बने। नदी नदीसे सागर, कवडी कवडीसे धन जुडे। धनकी तुलना क्या कर।* जी गोष्ट मोठी रक्कम अथवा संपत्ती निर्माण करण्याकरता आवश्यक आहे, तीच जीवनात मोठा बदल घडवून आणण्याकरताही आवश्यक आहे. व्यक्तीला आपल्या कुटुंबातील अनेक उद्दिष्टांच्या पूर्तीसाठी प्रयत्नांची आवश्यकता असते. आपल्या जीवनातील अनेक ध्येयांच्या पूर्तीसाठी प्रयत्नांची आवश्यकता असते; परंतु हे प्रयत्न आपण कशाप्रकारे करतो, त्यांना कोणती दिशा देतो आणि असे प्रयत्न करताना आपण त्याच्यात किती सातत्य व नियमितता दाखवतो, हे अत्यंत महत्त्वाचे आहे. सामान्यपणे प्रयत्न करणाऱ्या व्यक्ती तीन प्रकारच्या असतात. काही व्यक्ती एखादे कार्य असाध्य आहे, असे वाटल्यामुळे मनाशी निराशेची गाठ बांधतात आणि त्यानंतर प्रयत्न करणे सोडून

देतात; काही व्यक्ती आरंभी प्रचंड घोषणा करून आपल्या कार्याला सुरुवात करतात, परंतु हळूहळू त्यांचा त्या कार्यातला उत्साह कमी होतो आणि अखेर त्यांचा कार्य नाश होतो; तर तिसऱ्या प्रकारच्या व्यक्तीस आपल्या ध्येयाविषयी फारशी चर्चा करीत नाहीत, परंतु नियमितपणे सातत्याने थोडे थोडे प्रयत्न करीत राहतात आणि अंतिमतः यशस्वी होतात. एक प्रकारे हा तिसऱ्या प्रकारचा व्यक्ती म्हणजेच कायझेनचे तत्त्वज्ञान होय. कायझेन तत्त्वज्ञान हे मुख्यत्वे करून ज्या क्षेत्रांमध्ये उपयुक्त आहे, त्याचा विचार आपण केला पाहिजे. कायझेन तत्त्वज्ञान ही एक जपानी विचारशैली आहे, असे मानले जाते. या माध्यमातून आपली कार्यक्षमता उत्पादकता आणि कार्यनिष्ठा आपण सातत्यापूर्वक प्रयत्न करून वाढवू शकतो. दुसरी महत्त्वाची गोष्ट म्हणजे बदल घडवून आणणे ही एक अत्यंत महत्वाची बाब आहे. जीवनात बदलाशिवाय इतर कोणतीही गोष्ट स्थिर नाही; परंतु हा बदल सातत्यपूर्ण, नियमित आणि क्षणाक्षणांनी झाला तर तो सुसह्य होतो. बऱ्याचदा एखादा बदल घडवून आणताना आपल्याला विलक्षण त्रास होतो. त्याला विरोध करायची इच्छा होते. बदलाला होणारा हा विरोध बऱ्याच वेळा अज्ञानातून होत असतो. बदलांच्या अपेक्षित परिणामांविषयी माहिती नसल्यामुळे होत असतो अथवा आपल्या सवयींना बदलण्याची इच्छा नसल्यामुळे होत असतो. अशा वेळी हे बदल घडवून आणायचे असतील तर त्यासाठी थोडे थोडे परंतु नेहमी प्रयत्न करणे, हाच एक उपाय असतो. संथ सुधारणा हे कायझेन तत्त्वज्ञानाचे सूत्र या बदलांना साधण्यासाठी अत्यंत महत्त्वाचे आहेत.

जेव्हा आपण आपल्या कार्याचे प्रमाणीकरण करतो, कोणते कार्य कशाप्रकारे करावयाचे आहे, त्याची पद्धती, रचना आणि स्वरूप निश्चित करतो आणि त्यानंतर कार्याला सुरुवात करतो. त्या वेळेला आपल्याला यश मिळण्याची शक्यता जास्त असते. यालाच कायझेन तत्त्वज्ञान असे म्हटलेले आहे. कायझेन तत्त्वज्ञान हे तीन गोष्टींवर भर देते. काळ, काम आणि वेग. जी गोष्ट ज्या क्षणाला ज्या काळात करणे आवश्यक आहे, त्या योग्य काळाचा शोध घेणे. दुसरी बाब म्हणजे जी गोष्ट ज्या पद्धतीने करणे योग्य आणि उचित आहे, त्या पद्धतीचा शोध घेणे आणि ज्या गतीने ते कार्य साध्य करणे शक्य होईल, त्या गतीचा शोध घेणे. अशा प्रकारे काळ, काम आणि वेग यामध्ये समन्वय साधला गेला तर वस्तू साधनांचा अपव्य टाळता येतो. तसेच वेळेचा अपव्यय टाळता येतो, अपेक्षित कार्य साध्य करता येते. साहिजकच कार्य अपयशामुळे येणारे असमाधान आणि

निराशा टाळता येते. ज्या व्यक्ती आपल्या कार्याचे प्रमाणीकरण करतात, कोणते कार्य किती वेळा, कशाप्रकारे करावयाचे याचे निश्चित धोरण ठरवतात आणि त्याविषयी परिपूर्ण विचार करतात, अशा व्यक्ती सामान्यपणे आपल्या जीवनात आपले अपेक्षित ध्येय सहजपणे पूर्ण करतात.

कायझेन तत्त्वज्ञान आणखीन एका महत्त्वाच्या गोष्टीवर भर देते, ते म्हणजे प्रत्येक छोटा बदल दीर्घकाळात मोठा परिणाम अथवा प्रभाव करीत असतो. अशा प्रकारच्या छोट्या बदलांकडे काळजीपूर्वक पाहणे आणि त्याच्या परिणामांबद्दल जाणीवपूर्वक प्रयत्न करणे, हा अत्यंत महत्त्वाचा भाग आहे. जसे की, एखाद्या व्यक्तीला सिगरेट पिण्याचे व्यसन लागताना सुरुवातीला एकच सिगरेट पितो, परंतु त्यानंतर तो हळूहळू त्या सिगरेटच्या आहारी जातो आणि मग त्यापासून त्याला मुक्ती मिळत नाही. कोणतीही सवय लावणे सहज शक्य आहे, सोपे आहे; परंतु ती सवय सोडून देणे विलक्षण कठीण असते. त्यामुळे कायझेन तत्त्वज्ञान मुख्यत्वे करून आपण जे काही कार्य करतो त्याचे स्वरूप छोटे असताना अथवा लहान असताना त्याच्या संभाव्य परिणामांबद्दल जाणीव करून घेणे आणि त्या अनुषंगाने त्या कार्याबद्दल किंवा त्या बदलांना स्वीकारणे अत्यंत महत्त्वाचे आहे. प्रत्येक कार्याचा प्रभाव जीवनावर, कार्यस्थळावर, यशावर आणि अपयशावर होत असतो, हे लक्षात घेतले पाहिजे. या दृष्टिकोनातून कायझेन तत्त्वज्ञान जर समजून घ्यावयाचे असेल तर एक बाब प्रत्येक व्यक्तीने जीवनात आणि कार्यस्थळावर लक्षात घेतली पाहिजे, ती बाब म्हणजे आपण प्रत्येक कार्य जेव्हा करतो तेव्हा त्याचा काहीतरी अथवा कोणत्यातरी स्वरूपातील प्रभाव आपल्या जीवनावर, मनःस्थितीवर आणि आपल्या कार्यावर होत असतो. कोणतेही कार्य परिणामांशिवाय सहजपणे होत नसते. कोणत्याही कार्याचे परिणाम आपण टाळू शकत नसतो. मग ते यश असो अथवा अपयश असो.

कायझेन तत्त्वज्ञानाचे काही महत्त्वपूर्ण लाभही लक्षात घेतले पाहिजेत. ज्या व्यक्ती कायझेन तत्त्वज्ञानाचा जीवनात स्वीकार करतात, त्यांना अधिक समाधान प्राप्त होते. कारण त्या अपेक्षित वेळात अपेक्षित ध्येय सहजपणे पूर्ण करतात. ज्या व्यक्ती कायझेन तत्त्वज्ञानाचा स्वीकार करतात, त्यांना अनपेक्षित बदलांना आणि संकटांना सहसा तोंड द्यावे लागत नाही. तोंड द्यावे लागले तरीदेखील त्याकरता त्या तत्पर आणि समर्थ असतात. या तत्त्वज्ञानाचा एक सुप्त लाभ म्हणजे आपली प्रश्न सोडवण्याची आणि प्रश्नाकडे जागरूक व विवेकपूर्ण पाहण्याची दृष्टी योग्य

प्रकारे विकसित होते. समस्या प्रत्येकाच्या जीवनात येतात; परंतु त्या सोडवण्यासाठी आपण कोणत्या तंत्राचा वापर केला तर अधिक फायदा होईल अथवा त्या समस्यांची सहज सोडवणूक होईल, याची जाणीव कायझेन तत्त्वज्ञानातून निर्माण होते.

व्यवसायातदेखील कायझेन तत्त्वज्ञानाचे अशाच प्रकारचे काही छोटे छोटे लाभ आहेत, ते आपण लक्षात घेतले पाहिजेत. ज्या व्यक्ती ज्या व्यवसायामध्ये अथवा उद्योगांमध्ये व्यावसायिक व्यवस्थापक अथवा मालक कायझेन तत्त्वज्ञानाचा पुरस्कार करतात, तिथे कर्मचाऱ्यांमध्ये अधिक समाधानाची भावना सहजपणे निर्माण करता येते, असे लक्षात आले आहे. ग्राहकांनादेखील अपेक्षित उत्पादने व सेवा योग्य प्रकारे उपलब्ध करून देतात. त्यामुळे ग्राहकांच्या समाधानातदेखील वाढ होते. व्यवसायाची कार्यक्षमता, उत्पादकता आणि गतीक्षमता वाढते. परिणामतः, समाधानी कर्मचारी असणारा व्यवसाय अधिक चांगल्या प्रकारे काम करतो. कर्मचाऱ्यांची व्यवसायाप्रति असणाऱ्या निश्चितीची पातळीदेखील वाढते. व्यवसायाला अनेक प्रकारे प्रतिमानिर्मितीमध्ये वाढ आणि उत्पादनाच्या स्वरूपात वाढ यासाठी अनेक लाभ होत असतात. कायझेन तत्त्वज्ञान हे पीडीसीए (PDCA) या चक्रावर आधारित आहे. याचा अर्थ, अधिनियम करा, त्या अनुषंगाने कृती करा, केलेल्या कृतीचे योग्य प्रकारे आकलन होऊ द्या, त्याची पडताळणी करा आणि त्यानंतर प्रत्यक्ष कृतीचे मत व त्यानंतर प्रत्यक्ष कार्यासाठी योग्य प्रकारे अंमलबजावणी करणे, अशा प्रकारचे कायझेन तत्त्वज्ञान आहे. ते व्यक्तीने आपल्या कुटुंबासाठी, व्यक्तिगत जीवनासाठी, अथवा व्यवसायासाठी अमलात आणणे केव्हाही उपयुक्त होईल, यामध्ये संशय नाही.

◯

२३

झेन तत्त्वज्ञानाचे आधुनिक जगातील औचित्य

बौद्ध तत्त्वज्ञानाचा प्रसार आणि प्रचार जगाच्या मोठ्या भागात झाला आणि त्या भागाच्या जीवनशैलीचा तो एक महत्त्वाचा भागदेखील झाला. त्या तत्त्वज्ञानाचा एक महत्त्वाचा आणि कार्यशील भाग म्हणजेच झेनचे तत्त्वज्ञान. हे तत्त्वज्ञान धर्म, पंथ आणि देश-कालाच्या मर्यादा यांना ओलांडून पुढे जाणारे आहे. जरी हे तत्त्वज्ञान दोन हजार वर्षे जुने झाले आहे, तरी ते कालसंगत व नवतरुणच आहे. हे त्याचे वैशिष्ट्य व महत्त्व होय.

या काळाच्या ओघात जग झपाट्याने पुढे गेले. अनेक तांत्रिक, सामाजिक, आर्थिक बदल झालेत. यात संशय नाही. नवीन विचारप्रवाह, तत्त्वज्ञ, पंथ आणि विचारधारा पुढे आल्या, याबाबतदेखील संदेह नाही. हे सामाजिक आणि कालसंगत पण आहे. जगाचे चक्र कालानुक्रमाने सतत पुढे जाणारे आहे आणि तसे ते असले पाहिजे, यातदेखील संदेह नाही; परंतु असे असूनदेखील या सर्व बदलांमुळे जग सुखी झाले का ? जगापुढील काही महत्त्वपूर्ण समस्यांचे समाधान होणारी तत्त्वप्रणाली आणि जीवनशैली समाजाला गवसली का, हा प्रश्न अद्यापही अनुत्तरीतच आहे.

प्रगतीचा अर्थ भौतिक विकास व इहवादी चैनीची साधने प्राप्त करणे हा मान्य करून विसाव्या शतकात आपण अनेक साधने, सुविधा निर्माण केल्याने

१३९

विविध शोध, यांत्रिक प्रगती याची मानवाला आणि समाजाला नितांत गरज आहे. हे कोणीच अमान्य करणार नाही. त्यातून जीवन सुखकर झाले याबाबत संशय घेण्याचे कारणदेखील नाही.

एकोणीसावे शतक ते एकविसाव्या शतकाच्या विकासाच्या काळात मानवाने प्रगतीच्या अनेक पायऱ्या लीलया ओलांडल्या. तो विलक्षण वेगाने एका समृद्ध संपन्न समाजरचनकडे वाटचाल करू लागला.

या नवीन तंत्रज्ञान आणि इहवादी साधनांचा लाभ झालेला समाज खऱ्या अर्थने आपले शारीरिक दुःख, व्याधी आणि अनेक आपदा यांपासून मुक्त झाला आहे. त्याच्या आनंदयात्रेला नवे वळण प्राप्त झाले आहे; परंतु यासोबतच काही नवीन आव्हाने आणि आक्रमक चिंतादेखील त्याच्यापुढे उभ्या झाल्या आहेत.

सुख (Happiness), आनंद (Pleasure) असा संकुचित अर्थ स्वीकारला तर आपण एक मानव आणि समाज म्हणून खचितच प्रगतीच्या सोपानावर फार पुढच्या पायरीवर आहोत. रानटी, भटक्या जमाती आणि केवळ पशुपालन करणारे व कृषिवलावस्थेत असणारे आपले पूर्वज आपल्यापेक्षा फारच मागासलेले आहेत, यात संशयच नाही; परंतु 'समाधान' (Satisfaction), आणि दुःखमुक्त (Freedom for pain) यांसारख्या निकषांवर कदाचित हा प्रगतीचा प्रवास अपूर्णच राहिला आहे असे वाटेल.

युद्ध आणि शांतता

विसाव्या शतकापासून आजतागायत जगाने विविध युद्धे आणि संघर्षाचा एक मोठा काळ पाहिला आहे. या काळात शांततेसाठी आणि बंधुभाव व जागतिक

नव्या जगाच्या नव्या समस्या

जग पुढारलेले आहे यात संशयच नाही; परंतु व्यक्तीशः मानव सुखी झाला आहे आणि तो समाधानी झाला, हे फारसे सत्य नाही. याची काही साधी लक्षणे आज आपणास आढळून येतील. ही सर्व लक्षणे देश, समाज आणि विशिष्ट संस्कृती यांना सीमित करणारी नाहीत, तर त्या पलीकडे जाणारी सार्वकालिक आहेत. वाढती व्यसनाधिनता, सातत्याने निर्माण होणारे तणावग्रस्त जीवन, दुभंगलेला समाज, आत्यंतिक व्यक्तीनिष्ठ कृती आणि वाढता चंगळवाद या समस्यांमुळे प्रगत आणि प्रगतिशील या सर्वच समाजात अनेक आव्हाने निर्माण झाली आहेत. साधने आनंद देतात, पण समाधान देऊ शकत नाही. तंत्रज्ञान चैन (Pleasure) देऊ शकते; परंतु शांत आणि मनाला दिलासा देऊ शकत नाही. या उपभोगवादी आणि चैनवादी (Hedonic Pleasure) मधून मनःशांती प्राप्त होत नाही, हा जगाचा अनुभव आहे.

आधुनिक जगात एकत्र आणि एकसंध समाज निर्माण करण्यासाठी विविध प्रयास करण्यात येत आहेत. विविध आंतरराष्ट्रीय संस्था, संघ आणि शांततेचा प्रसार करणाऱ्या समूहांची, स्वयंसेवी संस्थांची कमतरता नाही. मानव वैचारिक दृष्ट्या प्रगल्भ आणि सांस्कृतिक दृष्ट्या समृद्ध झाला आहे, असे मानणारा वर्ग आज सर्वत्र आहे. या प्रगतीच्या विविध माध्यमाने राष्ट्रे व जग संपन्नतेचा मोठा पल्ला गाठत आहेत. त्यातूनच विश्वशांती स्थापन होईल, जगात सर्वत्र विश्वबंधुत्व, समता आणि एकत्वाची भावना निर्माण होईल, असा विचारप्रवाह अत्यंत प्रभावी आहे.

एकोपा स्थापन करण्यासाठी अनेक उपक्रम राबवण्यात आलेत. जगाला शांतता हवी म्हणजे प्रगती होईल, हे सांगण्यासाठी जेवढी युद्धे या दिडशे वर्षांत झाली. तसेच जेवढी मानवहानी झाली तेवढी अप्रगत समाजात क्वचितच झाली आहे,

या सर्व युद्धांचा हेतू हा शांतता प्रस्थापित करणे हा आहे; परंतु प्रत्येक युद्ध हे नवीन युद्धालाच जन्म देते. युद्धातून शांतता हा मार्ग खरा नाही, हे सत्य नाही हे प्रगत झालेला समाज अद्यापदेखील शिकावयाचा आहे.

वरील सर्व पार्श्वभूमीवर आपण जर बौद्ध तत्त्वज्ञानाच्या झेन विचारसरणीचे औचित्य लक्षात घेतले तर काही महत्त्वपूर्ण मुद्दे आपल्या सहजपणे लक्षात येतील.

साधनांचा अभाव ही आजच्या जगाची समस्या नाही. साधन विपुलता ही आज एक महत्त्वाची उपलब्धता आहे. यांत्रिक प्रगती, वैज्ञानिक तत्त्वज्ञानाचा विकास ही वस्तुस्थिती आहे. अनेक प्रकारच्या नवीन तांत्रिक साधनांमुळे जगापुढील मुक्त संसाधन अभाव आणि इतर अनेक भौतिक व ऐहिक समस्या सोडवण्याची अपूर्ण क्षमता मानवाने प्राप्त केली आहे. व्यक्तिगत जीवनातील दुःखे, वेदना, व्याधी, आजार यांसारख्या समस्यादेखील आपण काही प्रमाणात सोडवू शकलो आहे, यात संदेह नाही.

इंटरनेट, आणि उपग्रहाद्वारे संदेशहन यांमुळे मनुष्य आणि समाज जवळ आला आहे; पण एकसंघ झाला नाही. भौतिक अंतर कमी झाले आहे; परंतु मानसिक दुरावा आणि अंतर अधिकच वाढले आहे.

सामाजिक प्रसार माध्यमे आणि इतर संदेशवहन सुविधांनी संपर्क आणि संदेश सुलभ झाले आहेत; परंतु सुसंवाद आणि सामंजस्य यांचा मात्र अभावच आहे. विविध वैद्यक शास्त्रीय शोधामुळे व्याधी व शारीरिक वेदना कमी करता आल्या आहेत; परंतु मानसिक अशांतता आणि संदेह, अविश्वास यांचे मळभ अधिकच दाट झाले आहे.

वरील माहितीवरून स्पष्ट होते की, मानवी समाजाची जागतिक स्तरावर झालेली प्रगती समसमान स्वरूपाची नाही, तर त्यातून विषमतेची दरी अधिकच रुंदावत आहे. विषमतेचा आणि अपमानतेचा हा प्रवास अधिक दिशांनी होत आहे, त्याला अनेक कंगोरे आहेत. शिक्षण, आरोग्य, उत्पन्न, रोजगार आणि विकासाची साधने या सर्वच निकषांवर या दरीतील वाढ जगात अशांतता आणि एका विद्वेषाच्या वातावरणाला जन्म देत आहे.

सौहार्द, बंधुभाव आणि शांतता या सर्वच मानवी मूल्यांचा अभाव त्यातून जन्माला येतो. या जगातील केवळ एक भाग संपन्न व सुखी झाला तर जगात शांतता, आणि आनंदाचे वातावरण निर्माण होईल ही भावना केवळ भाबडेपणाची आणि अतर्क्य आहे. नेल्सन मंडेलांच्या एका वाक्यातून ही असमाधानाची व जागतिक शांततेला असणारी धोक्याची सूचना आपल्या लक्षात येते :

Whitout peace there is no development,

whithout development there is no peace.

या संपूर्ण पार्श्वभूमीवर झेन तत्त्वज्ञानाची उपयुक्तता व औचित्य आपल्याला सहजपणे समजून घेता येईल.

मानवी समाजाला जोडणारा महत्त्वाचा दुवा हा करुणा (Compassion) आहे. दोन समाज, दोन देश किंवा दोन दुभंगलेली जगे यांना सकारात्मक भावनेने जोडण्याचा मार्ग इतरांप्रती करुणा हाच आहे. विविध अविकसित देश किंवा इतर देशांमध्ये सातत्यपूर्ण संघर्ष होणे आणि त्या संघर्षासाठी त्यांना प्रोत्साहन व साहित्य देणे यांतून शांतता निर्माण होणार नाही, दुरावा कमी करता येणार नाही, तर त्या देशांच्या सामाजिक समस्या समजून घेणे व त्यांचे भरीव व रचनात्मक समाधान शोधून काढणे, हाच योग्य उपाय आहे. झेन तत्त्वज्ञानाच्या महत्त्वाच्या सूत्रांपैकी एक म्हणजे इतरांप्रति करुणा, दया व क्षमेची भावना आहे. हे सूत्र व्यक्तिगत, सामाजिक व देश पातळीवर समान स्वरूपात उपयुक्त आहे व लागू पडणारे आहे. अर्थात, हे एका टप्प्यात आणि एकत्रपणे होणारे नाही; परंतु बोधिसत्त्वांनी सांगितलेला उपदेश येथे लक्षात घ्या.

A jug fills drop by drop.

बोधिसत्त्वाचा दुसरा महत्त्वाचा उपदेश अधिक कालसंगत आहे, या जगाच्या समस्यांचे तो योग्य प्रकारे समाधान करण्यास हातभार लावणारा आहे.

समदृष्टी (right understanding)

जगातील विविध समाजामध्ये असणारी तेढ आणि अविश्वास दडपशाही युद्धे आणि संघर्षातून दूर होईल का? याचे उत्तर खचितच 'नाही' असे आहे. 'युद्ध युद्धालाच जन्म देते.' कोणतीही गोष्ट निरपेक्ष नाही तर ती एक सापेक्ष अवस्था आहे. Nothing ever exists entirely alone, everything is in relation to everything else.

जगाच्या एका देशातील अथवा दोन देशांतील संघर्ष हा काल, स्थिती, समाज व अवस्थेचा सापेक्ष आहे. त्यामुळे जगाच्या कोणत्याही भागात असणारी दुरवस्था, असंतोष आणि असमाधान हे इतर समाजाला व देशाला विविध प्रकारे प्रभावित करते. यावर एकच उपाय आहे, तो म्हणजे सर्व समस्यांप्रती मग आपल्या देशातील असो अथवा इतर समदृष्टीने पाहणे व त्यांच्या समाधानाचा औचित्यपूर्ण विचार करणे.

सम्यक प्रयास, विवेकपूर्ण दृष्टिकोन व तर्कशुद्ध उद्दिष्टांची आखणी हा झेन तत्त्वज्ञानाचा गाभा आहे. त्याचे अनुकरण करून अनेक जागतिक समस्या आणि प्रश्नांचे निराकरण साध्य होऊ शकेल.

आज जागतिक व सामाजिक परिस्थितीचा विचार केल्यास अनेक समस्यांचे मूळ सातत्यपूर्ण संघर्षाची भूमिका यात आढळून येते. इतर धर्म, पंथ, विचारधारा, तत्त्वज्ञान, जीवनशैली यांकडे पाहण्याचा पूर्वग्रह असणारा दृष्टिकोन, विवेकवादाचा अभाव, अत्यंत दुराग्रही भूमिका यांमुळे अनेक अल्पकालीन व दीर्घकलीन संघर्षाची बिजे रोवली जातात. वर्ण, वंश, धर्म, राष्ट्रीयत्व याबाबतच्या औचित्यहीन भूमिका हा जगातील शांततेच्या मार्गातील मोठा अडथळा आहे.

सामंजस्य ही केवळ सद्भावना नाही तर ती प्रयत्नपूर्वक साध्य होणारी कृती आहे. झेन तत्त्वाप्रमाणे 'स्व' (ego) व आत्ममग्न (self centered) वृत्तीचा त्याग करूनच ते साध्य होईल. हे जग विशाल आहे, त्याची भव्यता, महत्ता यापुढे आपण क्षुद्र व तात्कालीक, क्षणैक आहोत, याची जाणीव झाल्याशिवाय जगात खरा सामंजस्यभाव निर्माण होणार नाही.

जगातील विविध दुःखाची तीन मूळ कारणे आहेत. तीच कारणे जागतिक संघर्षाचीदेखील आहेत. अनेक समाज दारिद्र्य, दुःख आणि हीन भावनेने पीडित आहेत; तर काही अनाठायी गर्व आणि श्रेष्ठत्वाच्या खोट्या समजाने वर्चस्वाची भावना गाजवत आहेत. आत्यंतिक लोभ, हाव, इतरांवर सत्ता गाजवण्याची तीव्र भावना, अज्ञान आणि इतर सर्व विश्वाविषयी अपसमज, विध्वंसक वृत्ती आणि स्वतःच्या स्वार्थाकरिता इतरांचा विनाश करण्याची प्रवृत्ती या सर्वांतून विविध समस्या निर्माण होतात. पूर्व-पश्चिम संघर्ष किंवा उत्तर-दक्षिण विभाजन या सर्वांची पार्श्वभूमी यातच दडलेली आहे.

योग्य प्रयास, निर्धार, उचित व विवेकपूर्ण दृष्टिकोन, समत्व व समन्वयवादी वृत्ती यांतून हा संघर्ष व दोष टाळता येईल. हाच या झेन तत्त्वज्ञानाचा सारभूत गाभा आहे. तो समजून घेणे आणि त्यानुसार वैश्विक रचनेची व जागतिक धोरणांची आखणी करणे, हाच सर्वसमावेशक व चिरंतन, सार्वकालिक सुबत्तेचा मार्ग आहे.

◯

झेन तत्त्वज्ञानाची व्यावहारिक व दैनंदिन जीवनात उपयुक्तता

आज जगामध्ये झेन तत्त्वज्ञान केवळ एक नवीन तत्त्वज्ञानाची शाखा म्हणून स्वीकारण्यात आलेली नाही, तर एक व्यवहार्य, उपयुक्त व जीवन बदलवून टाकण्याची क्षमता असणारे तत्त्वज्ञान म्हणून स्वीकारण्यात आले आहे. त्याची काही महत्त्वाची कारणे आपण समजून घेतली पाहिजेत. व्यक्तीला आत्मोन्नती व यशस्वी होण्यासाठी ज्या काही उपयुक्त जीवनसूत्रांची गरज असते ती या तत्त्वज्ञानात सर्वत्र विखुरलेली आहेत. जरी हे तत्त्वज्ञान मूलतः भारतीय उगमाचे असले तरी त्याचा प्रसार व प्रभाव मूलतः दक्षिण आशियाची देशांत झाला आहे. 'जिथे पिकते तिथे विकत नाही,' याच म्हणीचा प्रत्यय आपल्याला त्यातून येतो. आपल्या घरी असणाऱ्या विद्वान व प्रगल्भ कृतीच्या माणसाबद्दल घरात फारशी आदराची भावना नसते, याचे हे उत्तम उदाहरण आहे.

झेनचे तत्त्वज्ञान समजून घेणे व त्याचा व्यवहारात वापर करणे तसे सुलभ व सहजसाध्य आहे. ज्याप्रमाणे चाकाला अनेक आरे असतात, पण प्रत्येक आरा म्हणजे चाक नाही. तसेच त्यातील कोणतेही एक सूत्र अथवा भाग म्हणजे संपूर्ण झेन तत्त्वज्ञान नाही. खऱ्या सत्याचा परिचय होण्यात अनेक अडचणी असतात. त्यात बहुधा मानसिक विरोधाच्या (Mental Blocks) स्वाभाविकतेतून निर्माण होतात. ही बाब झेन तत्त्वज्ञानाबाबत असणाऱ्या अपसमजाबाबतदेखील पूर्णतः सत्य आहे. आपल्या चुकीच्या धारणा, स्वतःबद्दल असणारे अज्ञान यांमुळे या तत्त्वज्ञानाच्या क्षमतेचा तसेच स्वतःच्या सामर्थ्याचा परिचय माणसाला सहजासहजी होत नाही. बहुसंख्य व्यक्ती काही भ्रमजालांमध्ये जगतात, त्यांना

वास्तवाचे भान सहजासहजी होत नाही. त्यामुळे एकतर अहंगंड (superiority complex) किंवा न्यूनगंड (inferiority complex) या दोन ध्रुवांमध्ये ते हिंदोळे घेत असतात. त्यांना स्वतःचा तसेच जगाच्या वास्तवाचा परिचय योग्य स्वरूपात होत नाही.

झेनचे तत्त्वज्ञान यशस्वी व उत्तम जीवन जगण्यासाठी एका महत्त्वाच्या युगाचा पुरस्कार करते; ते म्हणजे आत्मपरिचय, स्वतःला ओळखणे. कोणत्याही व्यक्तीला आपल्या मर्यादा व सामर्थ्य यांचे नेमके आकलन झाले, की त्याला जगण्याचा प्रवास सुखकर व आनंददायी वाटतो. अशा व्यक्तींना बाहेरच्या जगाकडून फार कमी गोष्टी शिकाव्या लागतात. एकाग्रता व ध्यान या दोन गोष्टी आत्मपरिचय करून देण्यासाठी विशेष उपयुक्त आहेत. त्यातून असाध्य वाटणाऱ्या अनेक कार्यांना सिद्ध करता येते.

झेनचे तत्त्वज्ञान चिकाटी, ध्यान, एकाग्रता व स्वतःच्या आत्मरूपाची जाणीव यांना महत्त्व देते. त्यातूनच यशाचा मार्ग मोकळा होतो, या विचारावर भर देते. याबाबत एक झेनकथा महत्त्वाचा दृष्टिकोन देते.

───────── 禅 ─────────

एका राज्याचा राज्यपाल एकदा फिरण्यासाठी निघाला. त्या वेळी त्याला आपले गुरू येथेच आसपास आहेत, असे कळले. तो त्या आश्रमात गेला व त्याने आपले ओळखपत्र व येण्याची वर्दी दिली. 'मी या प्रांताचा राज्यपाल' असे त्यांनी त्या गुरूंच्या शिष्यांना सांगितले व तसेच गुरूंनाही कळवायला सांगितले. त्यावर गुरूंनी कळवले, 'मी या माणसाला ओळखत नाही.' मग त्याने केवळ आपले नाव लिहिलेली चिट्ठी पाठवली. गुरूंनी त्याला आत बोलावले. त्याला सांगितले, 'तू खरा कोण आहे, हे आधी ओळख. या पदवीचे अवडंबर, ही सत्ता, हे अधिकार हे सर्व तात्कालिक आहे. हे क्षणभंगुर आहे. हे निघून जाईल, पण तू मात्र आहे तोच राहशील.' त्या राज्यपालाला आपला दोष समजला. नम्रता व आत्मसन्मान असणारा व्यक्ती गर्व, अहंभाव व अधिकाराच्या महत्त्वापासून दूर राहतो.

आजदेखील अनेक जपानी व्यावसायिक संस्था या आत्मपरिचयाला विशेष महत्त्व देतात. त्यासाठी कर्मचाऱ्यांना विशिष्ट स्वरूपाचे प्रशिक्षण देण्यावर भर देतात. एकाग्रता आणि स्वतःची खरी क्षमता यांची जाणीव झालेला व्यक्ती नम्र होतो. अधिकाधिक गुणग्राहक व कार्यक्षम होतो. व्यक्तिगत व सामाजिक जीवनात मोठी कामगिरी पूर्ण करू शकतो. त्याला आपल्या जगण्याचा व जीवनाचा खरा अर्थ कळतो. त्याच्या आयुष्याचा प्रवास निश्चित दिशेने होतो. त्यातूनच ध्येयपूर्ती करणे शक्य होते. हेलन केलर, जेन गुडाल यांची चरित्रे या गोष्टीचे प्रत्यंतर देणारी आहेत.

झेनचे तत्त्वज्ञान या आत्मपरिचयाला विशेष महत्त्व देते. अनेक दुःखे, वेदना या याच भावनेतून निर्माण होता. मला हे हवे, ते हवे आणि त्यासाठी मी कोणाला काहीतरी मागेन, त्याची संपत्ती, साधने व सामर्थ्य यांवर आपली सत्ता, आपली पकड कायम करेन, ही भावना ऱ्हासाला कारणीभूत ठरते. क्षमता नसताना, कौशल्य व गुण नसताना केलेला सामना यशस्वी होत नाही. दुसऱ्यांच्या शस्त्रांनी आपण युद्ध लढू शकत नाही. मोह हाच दुःखाचे खरे कारण आहे. याबाबत एक दृष्टांत देणारी गोष्ट लक्षात घेण्यासारखी आहे :

禪

एक श्रीमंत मनुष्य होता. त्याचा एक झेन गुरू मित्र होता. त्या श्रीमंत मनुष्याने त्या झेन गुरूला म्हटले, "मला आणखी धन प्राप्त करण्याची लालसा आहे." त्यावर झेन गुरूंनी त्याला म्हटले, "किती धन हवे?" तो म्हणाला, "खूप धन हवे." झेन गुरूंनी हसतच आपले बोट त्याच्या घराकडे केले. ते एकदम सोन्याचे झाले. त्यानंतर गुरू त्याला म्हणाले, "आता समाधान झाले?" तो श्रीमंत म्हणाला, "नाही." "मग आता काय हवे?" गुरूंनी विचारले. त्यावर तो म्हणाला, "तुमचे बोटच द्या."

आसक्ती, मोह आणि स्वार्थगत लोभ माणसाला दुःखी करतो, हेच मानवाच्या सर्व दुःखाचे कारण आहे. जो मनुष्य मोहाच्या आहारी जातो, तो आपला विवेक हरवून बसतो आणि त्यातूनच त्याची क्षमता कमी होते. स्वतःचा योग्य परिचय त्याला होऊ शकत नाही.

जेव्हा मनुष्य मनापेक्षा देहाशी जवळीक साधतो आणि हा नश्वर देह हेच वास्तव मानतो, त्या वेळी तो आत्मपरिचयाला वंचित होतो. स्वतःवरचे नियंत्रण गमावून बसतो, पुढे जाण्याची इच्छा व अंतर्गत ऊर्मी यापासून दुरावतो. म्हणून आत्मसंयमन हाच सर्वोत्तम मार्ग आहे. जगावरचा विजय प्रथमतः स्वतःवरच्या विजयापासून प्रारंभ होतो. हे तथागताचे मार्गदर्शक सूत्र लक्षात घेतले पाहिजे.

बऱ्याचदा व्यक्ती स्वतःविषयीच्या काही गंडांनी व अहंभावाने भारावून गेलेल्या असतात. त्यांना आत्मज्ञान होऊ शकत नाही. परिणामतः, जगण्याच्या मार्गावर ते चाचपडतच पुढे जातात. नेमके काय करावयाचे आहे? काय साध्य केले पाहिजे? आपली क्षमता काय आहे? याचा त्यांना परिचय होतो. हे सर्व त्यांच्या मनात असणाऱ्या अंधःकारातून निर्माण होणारे दुःख व अज्ञान आहे. या अज्ञानाला दूर करणारा व अंधःकाराचा नाश करणारा प्रकाशाचा स्रोत बाहेर कुठेच नाही तर तो आपल्या मनातच आहे. तथागत बुद्धाने यासाठीच 'अत्त दीपो भव' हा संदेश दिला आहे. ज्याला स्वतःच्या जगण्याचा अर्थ कळला आहे, स्वतःचा मार्ग सापडला आहे, तोच इतरांना मार्ग दाखवू शकतो. दोन आंधळे एकत्र येऊन नवा मार्ग शोधू शकत नाहीत..

चाकावर मातीचा गोळा ठेवून त्याला आकार देताना केवळ चांगली माती व चांगले चाक पुरेसे नाही, तर त्यासोबतच त्या चाकावर तो मातीचा गोळा पण योग्य प्रकारे बनवणे अत्यंत महत्त्वाचे आहे. विद्याग्रहण करण्यासाठी चांगली संस्था व चांगले शिक्षक पर्याप्त नाही, तर चांगले विद्यार्थी असणेही तितकेच महत्त्वपूर्ण आहेत.

या संदर्भात एक झेन दृष्टांत लक्षात घेण्यासारखा आहे. एका आंधळ्याला योग्य मार्गनि जाण्यासाठी एक दिवा त्याच्या मित्राने दिला; पण वाटेत वाऱ्याने दिवा विझला, हे त्याला कळलेच नाही. तो तसाच पुढे जात राहिला. हा दृष्टांत एका महत्त्वाच्या सत्यावर प्रकाश टाकतो. आपण चांगला उपदेश व सूत्रे ऐकतो व व्यवहारात त्याचे आचरण करीत नाही. मग यशाचा मार्ग कसा बरे सापडेल?

या संदर्भात तीन विद्यार्थ्यांचा दाखला देऊन झेन गुरूंनी हा मुद्दा अधिक स्पष्ट स्वरूपात सांगितला आहे. कोणत्याही शिक्षण संस्थेत तीन प्रकारचे विद्यार्थी जातात. सर्वच विद्यार्थी आयुष्यात यशस्वी होत नाहीत, याचे कारण त्यातून स्पष्ट होते. काही विद्यार्थी केवळ पदवी प्राप्त करण्यासाठी येतात. मी येथे शिकलो, हे विधान त्यांना समाधान देते; परंतु आपणास काही येत नाही, याची मात्र त्यांना जाणीव नसते.

काही विद्यार्थी केवळ चैन, मैत्री व मनोरंजनासाठी येतात. आपणास येथून काहीच साध्य करता आले नाही व काहीच प्राप्त झाले नाही, याची त्यांना जाणीवच नसते. ते मठाची देखरेख व आसपासच्या परिसरातील विविध मनोरंजक गोष्टींत जास्त रममाण होतात. काही विद्यार्थी मात्र ज्ञानग्रहण करण्यासाठी येतात. त्यांना

व्यक्तिगत जीवनात झेन तत्त्वज्ञानाची उपयुक्तता

आजचा सर्वसामान्य मनुष्य (मग तो कोणत्याही समाज, देश किंवा सांस्कृतिक पार्श्वभूमीचा असो) अशांत आणि चिंताग्रस्त भावनेने व्यग्र आहे. साधनबहुल असणारा व्यक्ती असो किंवा निर्धन आणि दारिद्र्याने पिचलेला असो सर्वांना चिंता आणि मानसिक तणावाने ग्रासले आहे. पुढे काय, हा प्रश्न आणि आता काय, हा दुसरा प्रश्न मानसिक तणावाची, अस्वस्थतेची भावना निर्माण करीत आहेत; परंतु येथेच झेन तत्त्वाची खरी युक्तता लक्षात येते. *You loose what you cling to.* म्हणजेच तुम्ही ज्या गोष्टींच्या मोहात पडता, ती व तेवढीच तुम्ही गमावता, हे साधे सूत्र अत्यंत महत्त्वाचे आहे.

आपले मन हेच सर्व सुख, दुःख, आनंद, वेदना यांचे खरे कारण आहे. हे झेनच दुसरे सूत्र विशेष महत्त्वाचे आहे. अनेक भारतीय विचारवंतांनी प्राचीन काळापासून हेच सूत्र सांगितले आहे. 'मन करा रे प्रसन्न'. कारण मन हेच सर्व शक्ती, सामर्थ्य आणि विचारांचे मूळ केंद्र आहे. जसे मन विचार करते तसेच आपल्या मनाची जडणघडण होते. त्यामुळे मनाची ओळख म्हणजे स्वतःची ओळख (Know thyself). जो स्वतःलाच समजून घेऊ शकत नाही, तो जगाला समजू शकत नाही. इतरांवर विजय प्राप्त करण्यापूर्वी प्रथम स्वतःवर विजय प्राप्त करणे महत्त्वाचे आहे.

The mind is everything what you think you become.

आश्रमाची रचना, व्यवस्था आणि परिसर याबाबत त्यांना फारशी तमा किंवा महत्त्व वाटत नाही. आयुष्याचेदेखील असेच आहे. सर्वच व्यक्ती जीवनाच्या शाळेत शिकण्यासाठी येत नाहीत. काही जीवनाकडे चैन, मौज करण्याची संधी म्हणून पाहतात. काहींना त्याचा अर्थच लागत नाही, तर फार थोडे अर्थपूर्ण व यशस्वी जीवन जगतात.

हे अर्थपूर्ण जीवन जगणे यासाठी जी सूत्रे व कला आत्मसात करावयाची आहेत, त्यातील काही मौल्यवान रत्ने झेन तत्त्वज्ञानाच्या खजिन्यात आहेत.

आपले मन हेच सर्व सुख, दुःख, आनंद, वेदना यांचे खरे कारण आहे. हे झेनच दुसरे सूत्र विशेष महत्त्वाचे आहे. अनेक भारतीय विचारवंतांनी प्राचीन काळापासून हेच सूत्र सांगितले आहे. 'मन करा रे प्रसन्न'. कारण मन हेच सर्व शक्ती सामर्थ्य आणि विचारांचे मूळ केंद्र आहे. जसे मन विचार करते तसेच आपल्या मनाची जडणघडण होते. त्यामुळे मनाची ओळख म्हणजे स्वतःची ओळख (Know thyself). जो स्वतःलाच समजून घेऊ शकत नाही, तो जगाला समजू शकत नाही. इतरांवर विजय प्राप्त करण्यापूर्वी प्रथम स्वतःवर विजय प्राप्त करणे महत्त्वाचे आहे.

विविध प्रकारचे व्यवहार, कार्ये, लोभ, मोह, भावना आणि वेदना, द्वेष यांचे आपण दास असतो. परिणामतः, आपल्या मानसिक अशांतता आणि अस्वस्थतेचे कारण बाहेर नाही तर आपल्या मनातच आहे. मनातील या व्यवहाराचे तरंग आणि चढउतार यांचा आपल्या मनावर, मानसिक व शारीरिक स्थितीवर प्रभाव होतो, यात संशय नाही. विविध मनोविकार तज्ज्ञ आणि तत्त्वज्ञानी मनाचे हे सौंदर्य व दौर्बल्य आणि शक्तिस्थळाचे विवेचन केले आहे म्हणूनच मनावर विजय, हाच खरा मानवाचा विजय आहे. यासाठी झेन तत्त्वज्ञान विशेष उपयुक्त आहे. मनाला नियंत्रित करणे, संयम आणि संदेह विरहित अवस्था प्राप्त करणे महत्त्वाचे आहे. मनाची भावविरहित आणि विचलीत स्थिती प्राप्त करण्यासाठी ध्यान, भावविरहित अवस्था प्राप्त करण्याचे सहज सोपे साधन आहे.

禪

तुम्ही जसा विचार करता तसेच घडाल. तुम्ही जसे वागाल आणि प्रतिसाद द्याल, त्याच गोष्टींना आकर्षित कराल. ज्या गोष्टीची कल्पना व कामना कराल, त्यांचीच तुम्ही निर्मिती कराल.

आत्मोन्नतीसाठी आणि सर्वांप्रति समान भाव असणारा व्यक्ती न्याय मूल्ये आणि समत्वाची भावना यांचा आदर करतो. त्यासाठी ध्यानधारणा, एकाग्रता आणि चित्तशांत वृत्ती या ध्यानामुळे प्राप्त होतात. संयम हीच मनोविकासाची साधना आहे. मनाची खरी शक्ती आहे. मनःशांती मनाच्या आतमध्येच आहे. तीचा बाहेर शोध घेणे व्यर्थ आहे.

मानवी जीवनातील सर्वांत महत्त्वाचा आणि मोठा अडसर हा त्याच्या मनोवृत्तीमधून दिसून येतो. अहंभाव हा मनाला त्रस्त करणारा आणि प्रगतीला थांबविणारा अडसर आहे.

मन हे जात्याच चंचल असते; परंतु मनावर विजय मिळाला की सर्व विश्वावर खरा विजय प्राप्त करता येतो. बहुसंख्य व्यक्ती इतरांना पराभूत करण्याच्या प्रयत्नांत स्वतःच्या मनासोबतच्या द्वंद्वात पराभूत होतात. माणसाचे विचार त्याला जेवढी हानी पोहोचवतात तेवढी हानी त्याचे कठोरतम शत्रूही पोहोचवत नाहीत.

सामान्यपणे आपण दररोज सुखाचा शोध घेत असतो; परंतु एक साधी गोष्ट विसरतो की, सुखाचा शोध घेणारा मार्ग नाही. कारण सुखी होणे हाच मार्ग आहे. झेन सूत्रानुसार खरा आनंद व सुख आपल्याला समजुतदारपणा व मनाच्या योग्य जडणघडणीतून प्राप्त होते. शिस्तबद्ध मन खरे सुख-समाधान मिळवून देते म्हणून सुखाचा शोध घेणे, त्याचा मार्ग शोधणे वृथा आहे. ते मनातच आहे.

禪

एक मेणबत्ती एकाच वेळी हजारो मेणबत्त्या पेटवत असते,
पण त्यामुळे तिचे आयुष्य व तेज कमी होत नाही.

अनेकांना मुक्ती आणि आत्मोन्नतीची कामना असते. झेनच्या सूत्राचा अंतिम पाडाव हा मुक्ती हाच आहे; परंतु यामध्ये एक गोष्ट विसरता कामा नये, मुक्ती ही मनाची अवस्था आहे. मन हाच आपला शासक व आपला दास आहे. जो व्यक्ती मनाच्या लहरींचा दास होतो, मनोनिग्रह करू शकत नाही, त्याला मुक्ती नाही. आत्मोन्नतीसाठी गुरूची गरज नाही. एकदा मनाची ठेवण योग्य झाली की आत्मोन्नतीचा मार्ग सहज मोकळा होतो. कारण पोकळ उपदेश आणि शब्दपांडित्याने मुक्ती प्राप्त होत नाही. ती एक अनुभूती आहे, ती प्रत्येकाने स्वतःच प्राप्त केली पाहिजे.

禪

आकाशात पूर्व आणि पश्चिम असा भेद नाही. तसेच
मानवी स्वभावाचे आहे. आपणच आपला-परकीय असा
भेद करून जगाकडे पाहत असतो.

यशस्वी जीवनासाठी प्रयत्नाचे सातत्य, शिस्त व नियमितता आवश्यक आहे. दररोज थोडी थोडी सुधारणा करणारा व्यक्ती अधिक यशस्वी होतो. घोड्याला सतत चाबकाचे फटके देऊन तो जलद गतीने धावत नाही तर योग्य दिशा व गतीनेच त्याला गंतव्य स्थान साधता येते. विकासाचा, उन्नतीचा मार्ग दुसऱ्याने दाखवून उपयोग नाही. आपणच आपला मार्ग स्वतः शोधला पाहिजे आणि उत्तम जीवनासाठी स्वतःच मार्ग होणे श्रेयस्कर. जेव्हा स्वतःची दृष्टी आपल्या उद्दिष्टांवर दृढ नसते आणि प्रयत्नांत सातत्य नसते, त्या वेळी यश

अबलख घोड्यासारखे सतत पुढे पुढे पळते. विचारदेखील या अवखळ, नाठाळ घोड्यासारखेच आहेत. जेव्हा एकाग्रता आणि लक्षवेधी वृत्तीचा अभाव असतो, त्या वेळी आत्मोन्नती व सुखाची अपेक्षा चुकीची सिद्ध होते. ओढ्याचे पाणी फार खळखळाट करते; परंतु समुद्र मात्र धीरगंभीर व शांत असतो.

सुख आणि यश हे जीवनाचे फलीत नाही, तर तो चांगले जीवन जगण्याचा मार्ग आहे. वृत्ती आणि जीवनपद्धतीत सुधारणा हाच सुखाचा मार्ग आहे. यासाठी नियमित ध्यान करणे, मनास अधिक स्थिर करणे आवश्यक आहे. त्यातूनच मनातील मळभ व अज्ञान दूर होत असते.

禅

सुख हे तुमच्यापाशी काय आहे किंवा काय नाही यावर अवलंबून नाही. तुम्ही कोणत्या पदावर आहात किंवा कोणती सत्ता तुमच्यापाठी आहे यावरदेखील ते अवलंबून नाही. ते पूर्णतः तुम्ही कशाप्रकारे विचार करता यावर अवलंबून आहे.

प्रत्येक चांगल्या कल्पनेचे स्वागत करा. कारण कोणतीही एक चांगली कल्पना तुम्हाला सुखी व आनंदी करू शकते. या कल्पनेवर मन केंद्रीत करा. तिचा पाठपुरावा करा आणि ती कल्पना हेच आपले जीवन म्हणून प्रयत्न करा.

दुःखाकडे तटस्थतेने पाहण्याची सवय करणे महत्त्वाचे आहे. कारण जीवनात दुःख ही स्वाभाविक घटना आहे, पण जीवन म्हणजे दुःख नाही. कारण प्रत्येक दुःख दुसऱ्या कोणत्या तरी दुःखामुळे बऱ्याचदा सुसह्य होते. दुःख कमी करण्याचा मार्ग करुणा, दया आणि क्षमाशील वृत्ती आहे. गतकाळाचा आणि घडलेल्या गोष्टींचा शोक करणे, हे दुःखाचे कारण आहे; परंतु भूतकाळ बदलणे कोणालाच शक्य नाही. वर्तमानकाळात जगा. कारण ते वास्तव आहे. प्रत्येक वर्तमान नंतर भूतकाळात परिवर्तीत होते. मग आज जगण्यासाठी असणारा क्षण गमावून गेलेल्या क्षणाचे दुःख करणे यात विवेक नाही.

इतरांना दोष देऊन दुःख व अपयश लपवता येत नाही. त्यातून सुटकादेखील प्राप्त करता येत नाही. आपण सहसा आपल्या सभोवती असणाऱ्याच प्रत्येकाला दोष देतो; परंतु आपल्यातील दोष मात्र सहसा आपल्या नजरेस येत नाही. स्वतःचे दोष ओळखणाराच त्यातून सुधारणा करू शकतो. कारण दोषामागील

कारणे त्यातूनच सुचतात. सर्वांत मोठा दोषदेखील नियमित व सातत्यपूर्ण प्रयासाने दूर करता येतो; परंतु त्यासाठी मनाची तयारी मात्र हवी.

त्याग आणि अनासक्त वृत्ती हा झेनचा मूलाधार आहे. कारण त्यागासाठी मनाचा उदात्तपणा हवा. त्यागातून प्राप्त होणारा लाभ सर्वोत्तम असतो. त्यातून अनिष्टांचा मोह व आसक्तीचा त्याग करत येतो. कारण त्यागासारखी श्रेष्ठ शक्ती नाही. कारण ही त्यागवृत्ती एखाद्या सतारीसारखी असते. मानवी त्याग करताना जेवढा उदार व विशाल हृदयी असतो तेवढा तो अधिक यशस्वी होतो. सतारीची तार खूप घट्ट बांधली तर सूर उमटत नाहीत आणि फार सैल सोडली तरीही ती बेसूर होते. त्यागवृत्तीचे तसेच आहे. मनाला खरी शांती या त्यागवृत्तीतून प्राप्त होते. कारण जो इतरांसाठी त्याग करतो त्याला मनःशांती व आत्मीक बळ प्राप्त होते.

— 禪 —

जमिनीतून जसा खजिना व कोष आकस्मिकपणे लाभ प्राप्त होतो, तसाच त्यागातून प्राप्त होणारा लाभ होय. त्यामुळे मानवी मनाची सर्वांत श्रेष्ठ शक्ती दिसून येते.

चांगल्या व सुखी जीवनासाठी विवेकवृत्ती हवीच. विवेकी मनुष्य क्रोध आणि संतापाने निर्णय घेत नाही. क्रोधी व्यक्ती जेव्हा इतरांना रागावतो त्या वेळी तो दोन चुका करतो. हातात निखारे घेऊन इतरांवर फेकल्यास त्यामुळे हात तर भाजतातच, पण कोळशाच्या राखेने काळेपण होते. तसेच क्रोधाने इतरांना रागावल्यास स्वतःचा कमकुवतपणा दिसतो आणि आपल्याच मनाच्या दौर्बल्याचे प्रदर्शन आपण करीत असतो. आपले विचारच आपल्या व्यक्तिमत्त्वाची जडणघडण करीत असतात. मूलतः मानवी मन शुद्धच असते, पण त्यावर आपल्या विचारांची जेवढी पुटे आपण चढवितो तेवढे ते मलीन होत जाते. ओढ्याचे पाणी स्वच्छच असते; परंतु त्यात जेवढी माती व घाण मिसळली जाते तेवढी त्याची निर्मलता कमी होऊन ते गढूळ होत जाते.

— 禪 —

सुखी जीवन हे तीन स्तंभांवर आधारित आहे. सद्गुण, विवेकवादी वृत्ती आणि उदार मनोवृत्ती.

झेनचा विचार मनाची एकाग्रता व शक्ती वाढवण्यावर भर देतो. त्यासाठी पारदर्शक व परिपक्व मनाची गरज आहे. संदेह आणि सदोदित संशयवृत्ती असणारा व्यक्ती सहसा आपल्या मनाच्या शक्तीला ओळखू शकत नाही. तो स्वतःच स्वतःला कमकुवत करत जातो. संदेहामुळे भेदाभेद निर्माण होतात. त्यातून मैत्रीचा व आनंदाचा लोप होतो. एकप्रकारे विष ज्या प्रमाणे जिवंत झाडांना, माणसांना नष्ट करते, त्याचप्रमाणे संदेहाचे विष स्वतःचा आत्मघात आणि इतरांचा सर्वनाश करते. त्यातून आपपरभाव आणि इतरांना तुच्छ लेखण्याची वृत्ती निर्माण होते. चुकीचे व अयोग्य तर्कदेखील योग्य वाटतात.

—— 禅 ——

To study Zen is to study the self.
To study the self is to forget the self.

सर्वसामान्यपणे सहजपणे ऐकीव आणि अविश्वसनीय गोष्टींवर विश्वास ठेवण्याची कृती विवेकाला मारक ठरते. मनाची चाळणी सत्य आणि असत्य, विवेक आणि मूर्खपणा यांच्यात फरक करण्याचा योग्य मार्ग आहे. त्यासाठी प्रत्येक कार्य, निर्णय आणि विचारांची योग्य परीक्षा केली पाहिजे. कारण एकदा निवडलेला पर्याय हा सुटलेल्या बाणासारखा असतो. तो एकदाच सोडता येतो. यासाठी योग्य पर्याय निवडण्याचा विवेक हा महत्त्वाचा मानवी सद्गुण आहे. सुखी होणे, आनंदी होणे हा या पर्यायाचा परिणाम आहे. एकप्रकारे आपण सुखाचा पर्याय निवडू शकतो; परंतु त्यासाठी विवेक मात्र हवाच.

—— 禅 ——

तुम्हाला जे प्राप्त झाले त्याला कमी लेखू नका किंवा इतरांना
मिळालेल्या गोष्टींमुळे विचलित होऊ नका. कारण मनाला
येणारी मलिनता ही इतरांच्या द्वेषातून व ईर्ष्येतूनच येते.

अंतिमतः सर्वांत महत्त्वाची गोष्ट म्हणजे मनाला वळण लावण्यासाठी ध्यान करणे आवश्यक आहे. निर्विकार आणि प्रशांत मनाने ध्यान केल्यास ज्ञानप्राप्ती होते. त्यातूनच अज्ञानाचा मार्ग प्राप्त होतो. हाच मार्ग मनुष्याला यशस्वी आणि समाधानी होण्याची प्रेरणा देतो.

○

व्यावसायिक यशासाठी झेन तत्त्वज्ञान

झेन तत्त्वज्ञानाचा प्रसार व प्रचार केवळ आध्यात्मिक विचारसरणीचा प्रसार करण्यापुरते सीमित नाही तर त्याची व्यवहार्य आणि व्यावसायिक उपयुक्ततेची बाजूदेखील विलक्षण सशक्त आहे. व्यवसाय हीदेखील एक सामाजिक क्रिया आहे. व्यक्ती आणि व्यक्तींमधील, व्यक्ती आणि समाज किंवा समूह यांतील संबंधाचे योग्य विवेचन करणारी व व्यावसायिक हित जोपासणारी क्रिया म्हणजे व्यवसाय होय.

व्यावसायिक हित हे केवळ स्वार्थाधिष्ठित असते. ही आपली कल्पना अयोग्य आणि अपूर्ण आहे. व्यापक व सार्वकालिक हित साधणारी व्यावसायिक संस्था दीर्घकालीन कार्यरत असते. तिला प्रतिष्ठा, प्रतिमा व सामाजिक पत प्राप्त होते. केवळ तात्कालीक स्वार्थासाठी कार्य करणाऱ्यांत व्यावसायिक रचना व संस्था सहज आणि अल्पकाळातच नष्ट होतात.

या संदर्भात एक महत्त्वाचा दृष्टिकोन झेन गुरूंनी दिला आहे. तात्कालिक स्वार्थ व अल्पकालीन हितासाठी प्रस्थापित केलेला संबंध फार काळ टिकत नाही, याचे ते उत्तम उदाहरण आहे.

कार्यस्थळ आणि व्यवसायाचे स्वरूप लहान असो अथवा मोठे, त्याच्या सुयोग्य संचालनासाठी काही विशिष्ट नीतिनियम, कायदे आणि रचना आवश्यक असते. ही रचना जेवढी विवेकपूर्ण असेल तेवढा व्यवसाय यशस्वी आणि प्रगतिशील असतो. व्यवसायाचे नेतृत्व करणारा व्यवस्थापक, उद्योजक,

एकदा एक मांजर एका पारध्याच्या जाळ्यात सापडले. तेथे एक उंदीर पण होता. त्याने पाहिले. मांजर जाळ्यात अडकले आहे. त्या वेळी एक घुबड झाडावर आणि एक मुंगूस झुडुपाआड दडले आहे. कदाचित हे मुंगूस आपल्याला मारून खाईल या भितीने उंदराने मांजराला सोडविण्याचा विचार केला. मांजर जाळ्यातून बाहेर आल्यास पारधी तेथे येईल व मग मुंगूस किंवा घुबड आपणास खाऊ शकणार नाही, असा विचार उंदराने केला. त्याच वेळी मांजराने पण हाच विचार केला की, एकदा जाळ्यातून सुटलो की मग उंदराचा फडशा पाडता येईल.

उंदराने जाळे कुरतडल्याबरोबर मांजर चटकन बाहेर आले. ते पाहून पारधी धावत आला. त्याने पळणारे मांजर पाहून मुंगुसाला मारण्याचा प्रयत्न केला, पण मुंगूस आणि घुबड चतुराईने पळून गेले. उंदीरदेखील बिळात जाऊन लपला. बाहेर आलेल्या मांजराने मोठ्या प्रेमाने उंदराला बाहेर येण्याची विनंती केली. पण उंदीर बिळातूनच म्हणाला, 'माफ कर. आपली मैत्री स्वार्थावर आधारित होती. ती कायम होऊ शकत नाही, तू येथून जावे हेच उत्तम!'

संचालक यांनी ही बाब लक्षात ठेवूनच व्यवसायाचे व्यवस्थापन व संचालन करणे अपेक्षित असते. या संदर्भात एका झेन सूत्राचा उल्लेख येथे करणे औचित्यपूर्ण होईल. या पुढे जाऊन याच सूत्रात सांगितलेली पुढील बाब अधिक महत्त्वाची आहे.

कार्यस्थळावर झेन सूत्राचा वापर करण्यासाठी आवश्यक असणारे महत्त्वाचे सूत्र म्हणजे स्वतःचे अस्तित्व व महत्त्व. (आपला - 'स्व', त्याचा अभिमान) विसरून कार्य करणे होय. प्रत्येक समस्येकडे तटस्थ आणि निरपेक्ष भावनेने पाहण्याची स्वच्छ व पारदर्शक दृष्टी आत्मसात करणे अत्यंत आवश्यक आहे. त्यातूनच व्यवस्थापकाचे खरे ज्ञान व वास्तवाचे भान प्रकट होते. याबाबत एका झेन तत्त्वाचा अभ्यास करणाऱ्या व्यवस्थापकाचे मत लक्षणीय आहे.

कार्यस्थळावरील व्यवस्थापकाची भूमिका औचित्यपूर्ण आहे किंवा कसे

याकरिता एका चतुःसूत्रीचा वापर करता येतो. त्या म्हणजे :

- देण्याची वृत्ती (fuse)
- सस्नेह संवाद (aigo)
- इतरांना लाभप्रद होणारी वर्तणुक (rigyo)
- इतरांसोबत स्वतःचा समन्वय करण्याची सौहार्द प्रवृत्ती (doji)

कर्मचाऱ्यांप्रति, अनुयायांप्रति विश्वास आणि त्यांच्या क्षमता, पात्रता यांना सक्षमपणे उपयोगात आणण्याचे कौशल्य खऱ्या नेतृत्वात असते. झेन सूत्रानुसार नेता हा आपल्या अनुयायांना / सहकाऱ्यांना त्याने सांगितलेल्या मार्गानेच चालण्याचा आग्रह धरीत नाही तर त्यांना योग्य आणि कार्याला उचित मार्ग निवडण्यासाठी प्रोत्साहित करतो. योग्य संधी, योग्य वातावरण आणि योग्य मार्गदर्शन या पलीकडे नेता अनुयायांना काहीच अधिक देऊ शकत नाही. कार्य करण्याची प्रेरणा ही मनाच्या आत निर्माण होते आणि म्हणून अनुयायांच्या अंतर्मनात निष्ठा व कार्य विषयक अनुकूल संवेदना निर्माण करणे हे नेत्याचे खरे कार्य आहे. निर्भय आणि मुक्त वातावरण निर्माण करणारा नेता संघटनेत प्रसन्न आणि उत्साहवर्धक वातावरण निर्माण करतो. निर्भयता ही मनाला आणि विचारांना स्वतंत्र व मोकळे वातावरण प्राप्त करून देते. त्यातूनच स्वतःला विसरून कार्य करण्याची प्रेरणा निर्माण होते. मी व संघटना एक आहोत, हा विचार निर्माण झाला की कार्यप्रेरणा अंतःकरणापासून जागृत होतात.

禅

If you think neither good nor evil, you can just be present and reveal your inhale wisdom. If you are counstantly thinking about how your colleagues or bosses are evaluating you, you are putting a filter between you a others. You will be in touch with neither your self nor your sitration. Thinking neither good nor evil is the same as the self. To forset the self is to be enlightened by the 10000 things.

सुसंवाद ही प्रत्येक कार्यस्थळाची नितांत गरज आहे. संघटनेतील बहुसंख्य कार्याचे अपयश संवादहीनता किंवा विसंवाद यातच दडलेले आहे. स्नेहयुक्त आणि प्रोत्साहन देणारे शब्द कर्मचाऱ्यांना असाध्य वाटणारी कार्ये सफल करण्याची प्रेरणा देतात. परिस्थिती, आव्हान आणि कार्य स्वरूप यांचा विचार करून स्नेहवृत्तीची जोपासना करणे मुक्त आणि दुहेरी अर्थपूर्ण संवादाला चालना देणे, हे सुसंवादाचे खरे कार्य आहे. अनुकूल आणि प्रेरणादायी कृती हा कार्यस्थळावर झेन प्रणाली अंमलात आणण्याचा तिसरा महत्त्वाचा भाग आहे. संघटनेतील प्रत्येक कर्मचारी अधिकारी महत्त्वाचा आहे. व्यक्ती कोणत्याही पदावर कार्य करणारी असली, तिचा संघटनेतील दर्जा व पद लहान किंवा मोठे कोणतेही असले तरी तिचा सन्मान आणि यथोचित गौरव करणे, तिच्या कार्याचा आदर करणे हे प्रत्येकाचे विशेषतः व्यवस्थापक नेत्याचे कार्य आहे. कारण मोठ्या यंत्रातील लहानसा भाग जरी निरूपयोगी झाला तरी ते यंत्र कार्य करीत नाही. तसेच सर्वांत लहान पदावरील कर्मचारीदेखील संघटनेच्या यशापयशाचा सारखाच भागीदार असतो. काही अधिकारी केवळ वरिष्ठांची मर्जी सांभाळतात, तर काही आपल्या सहकाऱ्यांना योग्य प्रकारे मार्गदर्शन करू शकतात; परंतु योग्य नेता मात्र सर्वच स्तरावर आपल्या संघटनेचे व सर्वच घटकांचे हितसंबंध सकारात्मक वृत्तीने जोपासतो. संघटनेतील 'एका व्यक्तीचा लाभ म्हणजे इतरांची हानी', हा विचार कमकुवतपणाचा आहे. कारण त्यातून संघटनेतील निष्ठा व कार्यानुकुलतेचे वातावरण मलीन होते. काही निवडक व्यक्तींची, समूहाची प्रगती म्हणजे संघटनाविकास नाही, हे समजून घेणे नेत्याला अत्यंत आवश्यक आहे. संघटना ही एखाद्या जटिल आणि विविध सूत्रांनी बांधलेल्या यंत्रणेसारखी असते. सर्वांच्या विकासातच तिचा विकास आणि कोणा एकाच्या विनाशात तिचा संपूर्ण विनाश दडलेला असतो.

कार्यस्थळावरील झेनचे महत्त्वाचे चौथे सूत्र म्हणजे व्यवस्थापकाने स्वतःला आपल्या अनुयायांसोबत एकरूप केले पाहिजे. पूर्ण समन्वय व एकत्वाची भावना जोपासली पाहिजे. एका झेन प्रणालीचे अनुसरण करणाऱ्या व्यवस्थापकाच्या मते,

> *when I felt alinated from a sitration and the people at work, I would chant 'not two' heaven and earth, I have the same*

व्यवस्थापकाने प्रत्येक परिस्थिती, प्रत्येक कार्य व प्रत्येक आव्हान योग्य प्रकारे समजून घेतले पाहिजे. आणि त्यानुसार आपले वर्तन ठेवले पाहिजे. वर्तनातील स्पष्टपणा व पारदर्शकता व्यवस्थापकाला अधिक प्रगल्भ आणि प्रभावी करित असते. व्यवस्थापकाच्या निर्णयाबाबत दुमत असू शकते. आजचा योग्य निर्णय उद्या अयोग्य वाटू शकतो; परंतु परिस्थितीनुसार आणि पारदर्शकता आणि प्रगल्भता त्या निर्णयाचे औचित्य व समर्थ कारण स्पष्ट करण्यास पर्याप्त असते.

कार्यस्थळावर व्यवस्थापकाने बोधिसत्त्वाच्या तीन प्रमुख सूत्रांचा नियमित प्रयोग केला, तर कार्यस्थळावरील वातावरण, प्रतिसाद आणि परिणाम यांत अनेक सकारात्मक बदल घडून येऊ शकतात.

यांतील पहिले आणि महत्त्वाचे सूत्र म्हणजे प्रत्येक व्यक्ती, कर्मचारी, अधिकारी यांमधील चांगुलपणा, योग्यता व गुणवत्ता या सकारात्मक बाजूंचा शोध घेणे व त्याचा सन्मान करणे. त्यातच बोधिसत्त्वाचा शोध घेणे. इतरांबाबत असणारे आपले अज्ञान, पूर्वग्रह आणि अपसमज यांमुळे त्यांच्या खऱ्या व्यक्तिमत्त्वाचा आपणास परिचय होणे शक्य होत नाही. इतरांच्या चांगुलपणाचे, योग्य योगदानाचे आणि कार्यशैलीतील लक्षणीय घटकांचे स्वागत करणे, हा खऱ्या व्यवस्थापकाचा मोठा सद्गुण आहे. यासाठी व्यवस्थापकाने विवेक आणि आपल्या बुद्धिचातुर्यांचा वेळोवेळी कौशल्यपूर्वक वापर केला पाहिजे.

दुसरे महत्त्वाचे सूत्र म्हणजे कार्यस्थळावर विवेक, न्याय, पारदर्शकता आणि निरपेक्ष भावनेने कार्य करण्याची प्रवृत्ती. आपल्या प्रत्येक सहकाऱ्यांत काहीतरी चांगले आहे. ते प्राप्त करण्याची, आत्मसात करण्याची गुणग्राहक वृत्ती त्यामध्ये असली पाहिजे.

───────────── 禅 ─────────────

एका अत्यंत यशस्वी जपानी कंपनीचे व्यवस्थापक जेव्हा ६० वर्षांचे होते, त्या वेळी त्यांनी आपल्या अनुयायांसोबत संवाद साधताना सांगितले, की ''मी गेली अनेक वर्षे सतत

तिसरे महत्त्वाचे सूत्र म्हणजे व्यवस्थापकाने परिवर्तन व बदल हा जीवनाचा महत्त्वाचा आधार मानला पाहिजे. बदल बाहेरून होत नाहीत, इतरांमध्ये व इतरांमुळे होत नाहीत. आपण स्वतःच 'बदल' व्हायला शिकले पाहिजे. (I am the change) आणि त्यासाठी स्वतंत्र आणि सकारात्मक मनोवृत्ती आत्मसात करणे गरजेचे आहे. स्वतःविषयी, इतरांविषयी आणि आपल्या परिसराविषयी अज्ञान व अपसमज हेच परिवर्तनाला बाधक असतात. कारण त्यामुळे आपल्याला स्वतःच्या वास्तविक क्षमता आणि स्वरूपाचा परिचय होण्यात अनेक अडचणी येतात. स्वतःविषयीचा अनाठायी आत्मविश्वास, गैरसमज एक अदृश्य परंतु दाट पटल निर्माण करते. त्यामुळे आव्हाने आणि नवीन उपक्रम स्वीकारण्यात आपण अपयशी ठरतो. यंत्राच्या कालबाह्यतेपेक्षा माणसांची कालबाह्यता अधिक धोकादायक असते. कारण त्यामुळे संघटनेच्या संस्कृतीलाच जंग चढतो.

आपण जेथे कार्य करतो, ती संघटना कोणतीही असो, तिचा आकार, स्वरूप आणि कार्य महत्त्वाचे नाही, त्यापेक्षा अधिक महत्त्वाचे आहे या संस्थेच्या कार्यालाच आपले सर्वस्व मानणारी सकारात्मक उद्दिष्टे. यातून त्यात पूर्णतः रममाण होणे, एकरूप होणे, यातूनच खरे निर्वाण प्राप्त होते. यशाची अंतिम अवस्था यातूनच प्राप्त होते. तेच बोधिसत्त्वाचे कार्यस्थळावरील वास्तव स्वरूप आहे.

झेन आणि लोकसंस्कृती

झेन तत्त्वज्ञानाचा प्रसार आणि प्रचार गेली दोन हजार वर्षे अविरतपणे चालू आहे. त्याची प्रथा व लोकप्रियता सातत्याने सर्वदूर तेजस्वीपणे पसरत आहे. याचे कारण त्याची आचरणातील सहजता, अनुभूतीमधून प्राप्त होणारा आनंद आणि कल्पक व नावीन्यपूर्ण सूत्रांचा समावेश. झेनचे हे तत्त्वज्ञान भारत, चीन, जपान, तैवान आणि उत्तर आग्नेय आशियाई देशांत झपाट्याने पसरले. त्याचे कारण सर्वच पौर्वात्य देशातील सांस्कृतिक एकात्मता व जीवनशैलीतील साधर्म्य होय.

झेन तत्त्वज्ञान हे गेल्या वर्षापासून सातत्याने विकसित होत असून नवीन कल्पना व सूत्रांनी त्याला परिपक्व केले आहे. बोधिधर्मांनी लावलेले हे लहानसे रोप आता वटवृक्षाचे रूप घेऊन सर्वव्यापी झाले आहे. पाचव्या शतकात महायान बौद्ध पंथात प्रारंभ झालेल्या या विचारधारेने त्यानंतर भारत, नेपाळ, तिबेट या मागनि चीनमध्ये आपले विचार रूढ केले.

चीन तत्त्वज्ञांनी 'ध्यान' या भारतीय ज्ञानसाधनेच्या तंत्राला चॅन हे नाव दिले. तेच पुढे जपानमध्ये अकराव्या शतकात 'झेन' नावाने प्रसिद्ध झाले. चीनमधील साँग या घराण्याच्या राजवटीत झेन तत्त्वज्ञानाला विशेष महत्त्व प्राप्त झाले. त्यातून आत्मज्ञान, आत्मशुद्धी व मुक्तीचा मार्ग शोधणाऱ्या अनेक सूत्रांचा व विचारधारांचा विकास झाला. झेन तत्त्वज्ञानाच्या या पंडितांनी (Zen Masters) त्यातून विविध कला, साहित्य, नाट्य व चित्र शैलींना विकसित केले. त्याचा प्रभाव कोरीयन, जपानी, व्हिएतनामी आणि इतर आग्नेय आशियाई देशांवरदेखील विशेषत्वाने झाला.

अनेक झेन पंडितांनी विविध प्रकारच्या साहित्यरचना केल्या आहेत. त्यात 'The Blue Cliff Received' (११२५), 'The Gateless Barrier' (१२२९) यासारख्या ग्रंथांनी झेन तत्त्वज्ञानाला वैचारिक बैठक व लोकाश्रय प्राप्त करून दिला.

जपानमध्येदेखील झेन तत्त्वज्ञान विशेषत्वाने लोकप्रिय होण्यास व त्याला एक वेगळे तात्त्विक तसेच व्यावहारिक उपयुक्ततावादी स्वरूप प्राप्त करून देण्यास चिनी बौद्ध पंडितांनी मोठे योगदान दिले. त्यांनी विविध तंत्रांचा वापर करून झेन तत्त्वज्ञान लोकप्रिय केले. त्यात नवीन प्रकारच्या मंदिरांची रचना व आरेखन हा एक महत्त्वाचा प्रकार होता. क्योटोमधील अत्यंत देखणे Five Mountain हे झेन मंदिर त्याचा उत्कृष्ट नमुना आहे. त्यातूनच Five Mountain ची झेन तत्त्वज्ञानाची विचारशैली विकसित झाली. क्योटो हे मंदिरांचे शहर झेन तत्त्वज्ञानाच्या विकासाचा अपरोक्ष प्रभाव आहे.

जपानमधील झेन तत्त्वज्ञान नवकन्फ्युशियनवाद आणि ताओवादाचे मिश्रण आहे. क्योटो हे तत्त्वज्ञान व ज्ञान प्रसाराचे केंद्र आहे. त्यातून काव्य, चित्रकला, लेखनकला, आरेखनकला, पुष्परचना, कलात्मक वस्तू व भांडी तयार करण्याची कला आणि बागकामात नावीन्यपूर्ण तंत्राचा वापर करण्याचे शास्त्र विकसित झाले.

झेन गुरूंनी सर्वसामान्य जनतेला झेन तत्त्वज्ञानाची महती उपयुक्तता व आचरण करण्यासाठी प्रवृत्त केले. दैनंदिन जीवनात झेन तत्त्वज्ञानाची सूत्रे वापरून वैचारिक परिपक्वता, नावीन्य, आनंद व साधेपणा कसा आणता येईल याबाबत मार्गदर्शन आणि उपयुक्त तंत्र याविषयी अनेक प्रकारे मार्गदर्शन केले. त्यामुळे सर्वदूर तत्त्वज्ञानाची केवळ लोकप्रियताच वाढली नाही तर जपानी जीवनशैलीचा व समाजरचनेचा स्थायिभाव झाले.

झेन तत्त्वज्ञानाला लोकाश्रय प्राप्त करून देण्यासाठी विविध कल्पक व वैचारिक सूत्रांचा प्रयोग करण्यात आला. जपानमध्ये १६५४मध्ये 'ओवाकु झेन' पंथाची स्थापना झाली. त्यातून झेन तत्त्वज्ञानाची मूलभूत सूत्रे, परंपरा, आचरणप्रणाली यांविषयी नीतिनियम तयार करण्यात आलेत.

त्यानंतर 'रीन्झी' या विचारशाखेने आत्मज्ञान, आत्मानुभूती व मुक्तीचा मार्ग, ध्यान साधनेची तंत्रे याबाबत मार्गदर्शक सूत्रे विकसित केलीत. अनेक रूपक कथा व दृष्टांत कथांची निर्मिती याच काळात जपानमध्ये झाली.

चीनमध्ये जन्माला आलेल्या चॉन चित्रशैलीचा जपानमधील झेन पंथावर विशेष प्रभाव झाला आणि त्यातून निसर्गचित्र, आत्मगत निवेदन करणारी चित्रे व नावीन्यपूर्ण कल्पनांना प्रस्तुत करणारी रंगछटा, आकृत्या, रचना व व्यक्तिमत्त्व यांचे रेखाटन करणाऱ्या अनेक प्रकारच्या चित्रशैलींना प्रोत्साहन प्राप्त झाले.

विसाव्या शतकात डी.टी. सुझुकी यांनी झेन तत्त्वज्ञानाला पुन्हा एकदा मोठी चालना मिळवून दिली. त्याच्या लिखाणातून, व्याख्यानातून आणि प्रभावी सादरीकरणातून झेन तत्त्वज्ञानावर पसरलेली धूळ हळूहळू निघून गेली आणि ते पुन्हा एकदा चकाकू लागले. पौर्वात्य देशात आणि पश्चिमेतदेखील ते अल्पावधीत लोकप्रिय झाले. त्यांनी बौद्धधर्माला नवीन दृष्टी व नवे स्वरूप प्राप्त करून दिले. झेन तत्त्वज्ञान, त्याची व्यावहारिक उपयुक्तता, महती आणि श्रेष्ठता अनेक प्रकारे सिद्ध करण्याचा प्रयत्न केला. आधुनिक युगाच्या इहवादातून निर्माण झालेल्या समस्या, जीवनात निर्माण होणारी पोकळी, अर्थशून्यत्व यावर मात करण्यासाठी झेन तत्त्वज्ञान उपयुक्त आहे, हे विषद करण्यावर त्यांचा भर होता.

आधुनिक विज्ञानवादी विचारसरणी व धर्माचे तत्त्वज्ञान यात कोणताही संघर्ष नाही तर ते परस्परपूरक आहेत, हे त्यांचे प्रतिपादन होते. आत्मोन्नती व स्वत्वाची ओळख, एकाग्रता, ध्येयाप्रति निष्ठा, कार्यतत्परता आणि अखंड ज्ञानसाधना यासाठी हे तत्त्वज्ञान विशेष उपयुक्त आहे, असे त्यांचे मत पौर्वात्य व पाश्चिमात्य जगाने सहजपणे स्वीकारले.

झेन तत्त्वज्ञानाचा प्रचार, पुरस्कार आणि गौरव करणारी ग्रंथसंपदा फार मोठी आहे. त्यात सतत भरच पडत आहे. त्यांपैकी काही महत्त्वपूर्ण ग्रंथांचा उल्लेख करणे येथे औचित्यपूर्ण होईल.

'दि झेन टीचिंग ऑफ बोधिधर्म' हे झेन तत्त्वज्ञानाचे आदि ग्रंथ म्हणून लक्षात घेतले जाते. हॉवर्ड फास्ट यांचे 'दी आर्ट ऑफ झेन मेडिटेशन' हे दैनंदिन जीवनात झेन तत्त्वज्ञानाचा स्वीकार व आचरण कशाप्रकारे करता येईल, याचा वस्तुपाठ आहे.

सोयकु शिगेमात्सु यांचे 'ए झेन फॉरेस्ट' हे पुस्तक जपानी झेन तत्त्वज्ञानाचा ओनामा म्हणून ओळखले जाते. तर कॉपलेड रोझी यांचे 'श्री पिलर्स ऑफ झेन' हे पुस्तक झेनची तात्त्विक मांडणी करणारे आहे. 'दी टिचिंग्ज ऑफ झेन मास्टर डोगेन' या पुस्तकातून विविध दृष्टांत व उपदेशपर कथांचे संग्रहण करण्यात आले आहे.

थॉमस क्वॉटी यांचे 'झेन एसेन्स : दि सायन्स ऑफ फ्रिडम' हा ग्रंथ आणि श्री. सुझुकी यांचे 'दि झेन माइंड' हे पुस्तक जागरूक वाचकांसाठी वाचनीय आहे. 'दि वे ऑफ झेन' आणि 'झेन फॉर एव्हरीडे लाइफ' या पुस्तकांतून झेन तत्त्वज्ञानाची व्यावहारिक युक्तता व महती विषद केली आहे.

सनोसुके कोई यांचे 'दि प्रॅक्टिस ऑफ नॉट थिंकिंग' हे पुस्तक व्यवस्थापक व कल्पक विचारांची जोपासना करणाऱ्या वाचकांसाठी विशेष महत्त्वाचे आहे. रिचर्ड पास्कल या व्यवस्थापन तत्त्वज्ञाने लिहिलेले 'झेन अँड आर्ट ऑफ मॅनेजमेंट' हे पुस्तक सर्वत्र प्रशासक, व्यवस्थापक आणि उद्योजकांना उपयुक्त सिद्ध होईल असे आहे.

झेन तत्त्वज्ञान आणि त्याची सूत्रे, झेन गुरू आणि झेन सूत्रे शिकवणाऱ्या पाठशाळा याविषयी अनेक चित्रपट आजपर्यंत निर्माण झाले आहेत. त्यातून झेन तत्त्वज्ञान, ज्ञानसाधना, शिक्षक व गुरुजनांविषयी आदर, एकाग्रता व ज्ञानसाधनेचे महत्त्व अधोरेखित करणारे संदेश देण्यात आले आहेत.

झेन बौद्ध तत्त्वज्ञान, आणि त्यातून आत्मपरिचय, स्वतःविषयी योग्य धारणा, शून्यवाद, कल्पकता आणि यशोमार्गावरील प्रवास यांचे चित्रण करणाऱ्या अनेक अप्रतिम चित्रपटांची निर्मिती झाली आहे. त्यातील काही महत्त्वपूर्ण चित्रपटांचा उल्लेख येथे करणे योग्य होईल.

- 'कुंदन' - १४ व्या दलाई लामांवरील अप्रतिम चित्रपट
- 'सेव्हन इअर्स इन तिबेट' - दलाई लामा आणि हेन्रीक हरारे या गिर्यारोहकावरील चित्रपट.
- '३६ चेंबर्स ऑफ शाओलीन' - उत्तम विद्यार्थी होण्याचा वस्तुपाठ
- 'एन्टर दी ड्रॅगन' - एकचित्त साधना आणि ध्यान
- 'इप मेन' - शिक्षक आणि त्याची समाज जीवनातील महत्ता.
- 'कराटे किड' - एकाग्रता, ध्यान व ध्येयसाधना
- '१२ मंकीज'
- 'संसारा - 'निर्वाणाचा' झेन मार्ग याबाबतचा चित्रपट
- 'दी फाउंटेन' - कर्मविपाक आणि सातत्यपूर्ण योग्य कर्म करण्याचा उपदेश.

या व्यतिरिक्त अनेक उत्तम चित्रपट निर्माण झाले आहेत. त्यामध्ये 'स्प्रिंग', 'समर फॉल ऑफ विन्टर', 'मास्टर डोगेन', 'वन थाउजंड वर्डस्' आणि इतर अनेक देखण्या चित्रपटांचा उल्लेख करता येईल.

झेन तत्त्वज्ञानाचा कला आणि कल्पकता व नवनिर्मितीसाठी विविधांगी प्रयोग अनेक शतकांपासून जोपासला आहे. झेनसारख्या प्रगल्भ आणि आत्मजागृती करणाऱ्या तत्त्वज्ञानाचा दैनंदिन जीवनात कला, नवनिर्मिती आणि वैचारिक सर्जनशीलतेसाठी उपयोजन करण्यावर चीन, जपान आणि कोरियन समाजात भर देण्यात आला. त्याचा अनेकविध अंगानी विकास करण्यासाठी प्रयोगक्षम उपक्रमांना उत्तेजन देण्यात आले. जीवनातील बहुतेक सर्वच क्षेत्रांत झेन तत्त्वज्ञानाचा वापर करण्यासाठी लिखाण व उपक्रमाची कल्पना पुढे आली. 'झेन अँड दि आर्ट ऑफ कॅसिनो गेमिंग' आणि 'झेन अँड दि आर्ट ऑफ मोटार सायकल मेन्टेनन्स', 'झेन अँड दि आर्ट ऑफ पॉलिसी अॅनॅलिसीस' तसेच 'झेन अँड दि आर्ट ऑफ आर्चरी' यांसारखी अनेक प्रयोगशील कल्पकतेला चालना देणारी पुस्तकेदेखील लिहिण्यात आली.

सॉंग राजघराण्याच्या काळात लेखनशैली, अक्षरलेखन कला आणि नवचित्रकला यांचा शैलीबद्ध विकास करण्यात झेन तत्त्वज्ञानाची भूमिका मोठी होती. कथा, काव्य आणि साहित्याच्या क्षेत्रातदेखील वेगळे, मनाला विचार करण्यासाठी प्रवृत्त करणारे आणि आशयगर्भ काव्यरचना करण्यासाठी झेन तत्त्वज्ञान महत्त्वाचे कारक होते. जपानमधील 'हायकू' हा काव्यप्रकार झेन तत्त्वज्ञानाची परिणती होता. एसरा पाउंड व टी. एस. इलीयटसारख्या इंग्लिश कवींवरदेखील या तत्त्वज्ञानाचा झालेला प्रभाव त्यांच्या काव्यविचारांतून स्पष्टपणे दिसून येतो.

बागकाम, पुष्परचना आणि विविध प्रकारच्या दैनिक जीवनातील कला प्रकारावर झेनचा प्रभाव अकराव्या शतकापासून स्पष्ट व लक्षणीय स्वरूपाचा आहे. चीनमध्ये कामाकुरा राजवटीत घरातील सजावटी, पुष्परचना आणि गृहरचना यासाठी विविध झेन सूत्रांचा वापर करण्यास प्रारंभ झाला. हीच बाब टोकुगावा राजवटीत जपानमध्ये पुढे परंपरेने विकसित झाली. आजही जपानमध्ये पुष्परचना गृहरचना अंतर्गत सजावटीवरील झेन विचारांचा प्रभाव विशेष स्वरूपाचा आहे. जपानी बागबगीचे, मंदिरे आणि इतर सार्वजनिक स्थळावरील सौंदर्य रचनेचे रहस्य झेन तत्त्वज्ञानात दडलेले आहे, असे मानले जाते.

○

झेन तत्त्वज्ञानावरील
निवडक ग्रंथांची संदर्भ सूची

1. Dumoulin - 'Zen, A History - India & China'
2. Skwer Harto - 'Awakening to One's True personality'
3. Watts Allen - 'The Way of Zen'
4. Ray Grogg - 'The Tao of Zen'
5. Suzuki Shun ryu - 'Zen Mind beginer's Mind'
6. D. T. Suzuki - 'Introduction to Zen Buddhism'
7. Charlotte Jote - 'Everyday Zen'
8. Kevin Rose - 'The Miracle of Mindfulness'
9. Thick Nhat - 'Zen Keys'
10. Philip Kapleau - 'The Three Pillars of Zen'
11. Albert Low - 'Zen & Creative Management'
12. Albert Low - 'To know yourself'
13. Albert Low - 'Conflict & Creativity at work'

लेखक परिचय

संजय कप्तान

+91 94201 22349

- पुणे विद्यापीठाच्या वाणिज्य विभागाचे विभागप्रमुख म्हणून निवृत्त.
- व्यवस्थापन, विपणन, वाणिज्य, बँकिंग अशा विविध विषयांवर लेखन.
- वाणिज्य विषयातील पाच ज्ञानकोशांचे लेखन.
- 'मेरी क्युरी', 'लिओनार्दो : एक चित्रकहाणी', 'विज्ञानवेत्ता न्यूटन', 'व्यवस्थापन बोध', 'गुणवत्ता संस्कृती' अशी विविध पुस्तके प्रकाशित.
- महाराष्ट्र शासनाकडून 'स्टेट टीचर्स ॲवॉर्ड'ने सन्मानित.
- एस.एन.डी.टी. महिला विद्यापीठ, स्वामी रामानंद तीर्थ विद्यापीठाकडून 'बेस्ट टीचर ॲवॉर्ड'ने सन्मानित.
- सावित्रीबाई फुले विद्यापीठाकडून 'इनोव्हेटिव्ह टीचर ॲवॉर्ड'ने सन्मानित.

www.ingramcontent.com/pod-product-compliance
Lightning Source LLC
LaVergne TN
LVHW091603180726
843489LV00015B/1714